ஆதித்யா ஒன்றாம் வகுப்பு

மாலா மாதவன்

ukiyoto®

Ukiyoto Publishing

Published in 2021

ISBN 978-93-5490-208-6

இந்த படைப்பு ***Pachyderm Tales*** உடன்
இணைந்து தயாரிக்கப்படுகிறது

www.pachydermtales.com

அனைவருக்கும் வணக்கம்,

Pachyderm Tales மூலம் வெளியாகும் மாலா மாதவனின் சிறுகதைத் தொகுப்பிற்கு முன்னுரை எழுதுவதில் மகிழ்ச்சியும், பெருமையும் அடைகிறேன்.

எங்கள் சங்கப் பலகையின் தங்கமான இவரின் எழுத்துகள் மென்மையும், அழுத்தமும் நிறைந்தவை. எளிமையான நடையில் அழுத்தமான விஷயங்களைச் சொல்லி எளிதில் நம் மனதைக் கவர்ந்து விடுவார். ஓவியர், கவிஞர், எழுத்தாளர், என்று பன்முகத் திறமை கொண்ட இவர் தன் எழுத்துக்களைப் போலவே மென்மையும், எளிமையுமானவர். எம். சி. ஏ முடித்த இவர் தமிழில் அற்புதமாக எழுதுகிறார்.

சங்கப் பலகையில் இவர் எழுதிய முதல் கதையே அட யார் இவர் என்று புருவம் உயர்த்த வைத்தது. அருமையான கருத்து, நல்ல தமிழ் நடை. புதுக்கவிதையில் தடம் பதித்த இவர் முகநூல் பக்கம் வந்த பின்தான் வெண்பாவுக்கு மாறினேன் என்கிறார். இவரின் கிருஷ்ணாமிர்தம் என்னும் ஓவியத்துடன் கூடிய வெண்பா முகநூளில் பலரையும் கவர்ந்து வருகிறது. அதேபோல் இன்னிசை வெண்பாக்களால் ஆனா இவரது பாவை என்ற நூல் திருப்பாவை பாசுரங்களை அழகான தமிழில் எளிதாக விளக்குகிறது. சங்கப் பலகைக்கு வந்த பின்தான் அவரின் எழுத்துத் திரி தூண்டப் பட்டு ஒளிர ஆரம்பித்தது என்று இவர் கூறுவது சங்கப் பலகைக்கு மிகப் பெரிய சான்றிதழ். பெருமையும் கூட. இவை தவிர யூ டியூபில் இவரின் காளி என்னும் பாடல் பத்தாயிரம் பார்வையாளர்களைக் கடந்து நடை போடுகிறது. இவரின் சாதனைகளைப் பார்க்கும்போது பிரமிப்புதான் ஏற்படுகிறது. எத்தனை திறமைகளை தனக்குள் வைத்துக் கொண்டு எளிமையும், அன்புமாக, சக மனிதர்களை நேசித்துக் கொண்டு இருக்கிறார்!

சிறுகதைத் தொகுப்பில் உள்ள பல கதைகளை நான் முன்பே படித்திருக்கிறேன் என்றாலும், ஆட்டுக்கும் மனசுண்டு, அன்புள்ள, போதிமரம், காலிங்பெல், சூடக் கொடுத்தாளோ சுடர்க்கொடி, இக்கரை அக்கறை, கல்லுப்பூ, கரையான் புற்று என்ற சிறுகதைகள் எனக்கு மிகவும் பிடித்த கதைகள்.

பல நல்ல பண்புகள் மறைந்து வரும் இக்கால சூழலில், அவற்றை வலியுறுத்தும் கதைகள் இவை. யார் மனதையும் புண்படுத்தாத மெல்லிய கதைகள் இவை. படிக்கும் போது உங்களுக்கே தெரியும்.

சங்கப் பலகையில் ரிலே தொடரில் இவரின் அத்தியாயங்கள் தனி முத்திரையுடன் ஜொலிக்கும். துளிக்கூட ஈகோ இல்லாமல் ஒரு குழு அமைத்து, அடுத்தடுத்து அத்தியாயங்கள் எப்படி அமைய வேண்டும் என்று விவாதித்து மிக அற்புதமாகக் கொண்டு சென்றார்.

"நான் என்பதை விட நாங்கள் என்பது முக்கியம். ஒரு எழுத்து சிறப்பாக அமைய, ஒற்றுமையே முக்கியம்" என்ற இவரோடு ஒத்து செயல் பட்டார்கள் மற்றவர்கள். அடுத்து ஒரு தொடர் எழுதப் போகிறார்கள். விரைவில் இவர் எழுதிய ரிலே தொடர் புத்தகமாக வெளி வருகிறது.

ஒரு எழுத்தாளர் சமூகத்தின் கண்ணாடியாக இருக்க வேண்டும். அதைத் தன் எழுத்தில் சுட்டிக் காட்ட வேண்டும். பேனாவே வலிமையான ஆயுதம். அது நல்ல விஷயங்களைச் சொல்ல வேண்டும். நல்ல வழியைக் காட்ட வேண்டும். அதை மிகச் சிறப்பாகச் செய்கிறது மாலா மாதவனின் எழுத்து.

சங்கப் பலகையில் பல அருமையான எழுத்தாளர்கள் இருக்கிறார்கள். தங்க மலர்களின் எழுத்துக்கள் அதிக அளவில் வெளி இடங்களில் பரவ வேண்டும் என்பதே என் ஆசை. அதற்கு ஏற்றார்ப் போல் Pachyderm Tales அவர்களின் எழுத்துக்களைத் தேடித் பிடித்து பதிப்பாகக் கொண்டு வருகிறது. குறுகிய நாட்களுக்குள் மிகச் சிறப்பாக புத்தகத்தைக் கொண்டு வரும் அவர்களின், வேகம், ஆர்வம், உழைப்பு மிகவும் பாராட்டக் கூடியது. அவர்களுக்கு இந்த நேரத்தில் என் நன்றியைத் தெரிவித்துக் கொள்கிறேன்.

மாலா மாதவன் இன்னும் நிறைய நாவல்கள், தொடர்கள் எங்கள் சங்கப் பலகையில் எழுத வேண்டும். அவை அனைத்தும் e புத்தகமாக வர வேண்டும். விருதுகள், பரிசுகள், பாராட்டுகள் அவரின் வாசல் தேடி வர வேண்டும் என்று வாழ்த்துகிறேன்.

காஞ்சி ஸ்ரீ பெரியவாளும், வயலூர் முருகனும் இவர்கள் இருவரின் முயற்சிகளையும் வெற்றியடையச் செய்து, அதன் மூலம் சங்கப் பலகையும் பெருமை அடைய வேண்டும் என்று வேண்டுகிறேன். மீண்டும் மாலா மாதவனுக்கும், Pachyderm Tales லக்ஷ்மி பிரியா, உமா அபர்ணாவுக்கும் என்னுடைய மனமார்ந்த வாழ்த்துகள்.

அன்புடன்,
ஜி. ஏ. பிரபா.

உள்ளடக்கம்

பறவை வானிலே

அவளது இருக்கை மெல்ல மேலே எழும்பத் தொடங்கியது. கண்ணை மூடிக் கொண்டாள். இப்படி பறப்பது அவளுக்கு முதல் முறை. என்ன செய்ய? பறந்து தான் ஆக வேண்டிய கட்டாயம். அவனை நினைக்கும் போதெல்லாம் மனம் இலேசாகப் பறக்கும் தான். அது வேறு!

அவனுக்காக அவள் இருக்கையே மேலே எழும்பும் போது,. தன் காலின் அழகிய காலணியை யாரோ வலுக்கட்டாயமாக உருவுவது போல் இருக்க குனிந்து பார்த்தாள். அவனோ?

சே! சே! என் நினைப்பெல்லாம் அவன் மீதே இருக்கிறது. இது வேறு! காலணியின் மேல் தன் கட்டை விரலை அழுத்திக் கொண்டாள். மனமே களவு போய் விட்டது. காலணி போனால் தான் என்ன? என்னவோ காபந்து பண்ணுகிறாளாம்.

இருக்கை எழும்பியதில் கிளம்பிய ஆட்டம் இடமும் வலமுமாய், அப்போதே அவன் சொன்னான் "ரொம்ப வெயிட் போடாத! கஷ்டம்!"

"மனசு கல்மிஷம் இல்லாம இருந்தா தன்னால வெயிட் ஏறும் நண்பா!"

"ஒரு நாள் தெரியும்!" அவன் திரும்பிக் கொண்டான்.

தெரிந்ததே! இப்போ தெரிந்ததே! சொல்ல அவன் தான் பக்கத்தில் இல்லை. மெல்ல எழும்பியதில் உடலின் பாரம் என்னை கீழே தள்ளி விடுவாயோ எனக் கேட்டது.

முதலில் ஒல்லிக் குச்சி உடம்பாகணும், இப்படி ஒரு இக்கட்டில் மாட்டி இருக்க வேண்டாம். இக்கட்டே தான். இருக்கை அளவு போதும் போதாமலும், அதிலும் அது மேலே எழும்பியதில் எந்தச் சத்தமும் காதில் கேட்டு விடாதவாறு இயர் ப்ளக்கை செருகிக் கொண்டாள். உடல் மட்டும் இலேசாகப் பறந்தது.

காற்றோடு அலைகிறேனா? என்னை கைவிட்டு விட்டதா இருக்கை? இல்லை, இல்லை, கண்ணை மூடிக் கொண்டே காலால் நிரடிப் பார்த்தாள். இருக்கையின் கால் நான் இருக்கேன் என்றது. இருப்பே இல்லாதது போல் இஃதென்ன இலகுவான பறத்தல்! ஆஹா! ஆஹா! சுகானுபவம்! நானும் பறவையானேன், விட்டு விடுதலையாகி வரும் சிட்டுக் குருவியைப் போல, அவன் இதைக் கேட்டால் சிட்டுக் குருவியா எனச் சிரிப்பான். பினனென்ன? யானையை யாராவது சிட்டுக் குருவி என்பார்களா? சிரிப்பான்.

இப்போது என்ன அவனுக்கு? இறுக மூடிய கண்களை மெல்லத் திறந்தாள். வெண்பஞ்சு மேகம் என்னை எடுத்துக் கொள்ளேன் என்றது. பிடித்தாள். தடுத்தது. போ என விட்டுவிட்டாள். ஓட்டமாய் ஓடியது. மீண்டும் கண்ணை மூட இருக்கை இறங்கியது. "ரிமூவ் யுவர் சீட் பெல்ட்ஸ்" குரல் கேட்டதும் பெல்ட்டை அவிழ்த்து எழுந்தாள். தன் முதல் விமானப் பயணத்தை இவ்வாறு முகநூலில் பதிவு செய்தாள்.

பரோட்டாக் கடன்

காலை பத்து மணிக்கு டிரெயின். நண்பர்கள் குடும்பத்தோடு ஷேத்ராடனம் செல்வதாய் ஏற்பாடு. எல்லோரையும் தன் வீட்டுக்கு முதல் நாளே வந்து விடுமாறு கூறி இருந்தார் வஜ்ரவேல். அவரின் தர்மபத்தினி சீதாவும் சரிதான் என்று வாய் நிறைய சிரித்தாள். ஒரே மகள் பல்லவிக்கு சந்தோஷமோ சந்தோஷம். பின்னே கும்மாளத்துக்கு கூட்டமே வரப் போகுதே!

அந்தப் பெரிய ஹால் போதவில்லை. ஒரு பக்கம் பெட்டி, ஒரு பக்கம் ஆட்டம் என அவரவர்கள் காலில் இருந்த செருப்பைக் கூட அவிழ்க்காமல் ஓடி ஆடியதில் வீடே அல்லோகலப் பட அங்கு இருந்த டிவி சட்டென்று உயிரை விட்டது கீழே விழுந்து. எந்த வால் கை நீட்டியதோ, போச்சு!

வஜ்ரத்துக்கு கோபம் தலைக்கேறியது. பல்லவி ஓடிப்போய்,

"பசங்களா! பரோட்டா ஆர்டர் பண்ணலாமா? தலைய எண்ணுங்க! உடனே டெலிவரி பண்ணிடுவான்!" அப்படின்னு 'ஆப்' பைத் தட்ட

"அக்கா! ஒண்ணு, ரெண்டு, மூணு, அப்புறம், இருக்கா! தலை மேல ஏறி எண்ணுறேன்!" எனக் கூறி வந்திருந்த அத்தை தலையில் ஏறத் துடித்தது ஒரு வாண்டு.

"அடேய்! அது அமேசான் தலைமுடிடா! கையோட கொண்டு போயிடாதே! மானம் போகுது!" என அமேசானில் ஆர்டர்

செய்து வாங்கிய தன் ஒட்டுத் தலைமுடியைப் பிடித்த படி கூக்குரலிட்டாள் அவன் அத்தை.

"அக்கா! உன்னையும், உங்க அப்பா அம்மாவையும் விட்டா நாங்க பதிமூணு பேர்!"

"ஏண்டா! நாங்க என்ன பாவம் பண்ணினோம்?"

"எங்கள உள்ள விட்டீங்கள்ள! அந்தப் பாவம் தான்க்கா!" பாவமாய் சொல்வது போல் கிண்டலடிக்க

"அழுக்கு படாம வளர்ந்த கூட்டமாடா எல்லோரும்? வீட்டுக்குள்ள வந்தும் செருப்ப கழட்ட மாட்டேன்னு அடம் பிடிக்கிறீங்க?" பல்லவி நைசாக ஊசியில் நூல் கோக்க,

நுழைஞ்சதும் எல்லார் வீட்டிலயும் வராண்டா தான் இருக்கும், உங்க வீட்டுல நுழைஞ்சதும் ஹாலா இருக்கா, அதான் கவனிக்கல,ஹி ஹி என்றார் வஜ்ரத்துக்கு வாய்த்த நண்பன்.

அவர் சொன்னதும் அனைவரும் கவனித்து ஓரமாய் கழட்டிப் போட்டு விட்டு வந்தனர்.

சீதா உள்கட்டுக்கு அனைவரையும் அழைத்துச் செல்ல அடுத்த அரைமணியில் சூடாய் பரோட்டா குருமாவுடன் டெலிவரி செய்யப்பட, அடுத்த சில நிமிடங்களில் பரோட்டா மட்டுமே பேசியதால் ஆட்டம் குறைந்திருந்தது.

வஜ்ரம் தான் வாயைத் திறக்க முடியாமல் போனார். ஒரு கடி , ஒரே ஒரு கடி தாங்க, ஆசைப் பட்ட பரோட்டா அதுக்குத் தேவையானத எடுத்துக்கிச்சே! ஆனா முதல்ல அவருக்கு அது தெரியல.

"ஏம்மா பல்லவி! நல்ல கடைல தானே ஆர்டர் பண்ணின? குருமால கல்லா, இல்ல பரோட்டா மாவுல கல்லா? இப்படி வாயில் தட்டுப் படுது,!" சத்தமாக் கேட்டா மற்றவர்கள் சாப்பிட மாட்டார்களோ என ரகசியமாய் காதைக் கடிக்க,

அவள் வள்ளென்று விழுந்தாள், "இருந்திருந்து அம்மா மானத்தை நான் காப்பாத்த நினைச்சேன் பாருங்க!"

வாயை மூடிக் கொண்டார் வஜ்ரம். அப்படியும் அந்தக் கல் வாய்க்குள் சுழன்று கொண்டு இருக்க, நாக்கால் இங்குமங்கும் துழாவி அதை ஒருபுறமும், முழுங்காத பரோட்டாவை ஒருபுறமும் வைத்துக் கொண்டு நாலு நாளாய் வயித்த வலி இருப்பவன் போல் முகத்தை அஷ்ட கோணலாய் வைக்க,

"என்னங்க பண்ணுது?" இது சீதா.

"என்னடா வஜ்ரம் , என்னத்த தின்ன? மூஞ்சி இஞ்சி தின்ன குரங்காட்டம் ஆகிக் கிடக்கு?" இது நண்பன்

"ஹை! மாமா அப்படியே அனுமார் தான். வாலத் தான் காணோம். சுருட்டி உள்ள வைச்சிருக்காரு போல!" இது ஒரு வாண்டின் கூவல்.

"ஆமாண்டா எங்கப்பா அவர் வாலை நாளைக்கு அவிழ்த்து விடுவாரு, முதல்ல சாப்பிடுங்கடா!" பல்லவி மொழிய வஜ்ரம் இன்னும் இங்குமங்கும் கல்லோடு கல்லாட்டம் ஆடிக் கொண்டிருந்தார்.

மாவில் இருந்த கல்லுன்னா, மாவைச் சலிக்காமப் போட்டு இருப்பானோ? குருமாவில் கிடந்த கல்லுன்னா எங்கயாவது குப்பை இருக்கற இடத்தில் பண்றாங்களா? ஒரு ஹோட்டல்

சுத்தமா இருக்காதா? இதென்ன இந்தக் கல் வயிற்றுக்கும், தொண்டைக்கும் இடையே உருள்வதற்கே பிறப்பு எடுத்திருக்கிறதா? இத்தனை பேர் பார்க்க இதைத் துப்புவது எப்படி? இத்தனை பேர் பார்க்காமல் இதை எடுப்பது எப்படி? என்னடா வாங்கித் தந்தேன்னு நாம துப்ப , அவன் துப்ப,ஒரே தொப்பமாயிடாது வீடு?

பல யோசனை தலைக்குள் ஓட, பலி கொடுக்கும் ஆட்டைப் போல் தலையை வேகமாக ஆட்டினார் வஜ்ரம். ஜன்னல் பக்கம் தட்டோடு செல்வதைப் போல் சென்று ஒரே துப்பு ஓங்கித் துப்ப முடிவெடுத்து நகர,

"மாமா! எங்க போறீங்க! அதுவும் தட்டோடு? ஒழுங்கா எல்லாத்தையும் சாப்பிட்டுட்டுத் தான் நகரணும் ஆமா! " ஒரு வாண்டு தன்னைப் பெரிய மனுஷனாய் பாவித்துச் சத்தம் போட, வஜ்ரம் அமுங்கிப் போனார். இப்போது கல் பரோட்டாக் கூழுக்குள் சிக்கிக் கொள்ள அதைத் துழாவிப் பிரித்தெடுப்பதில் ஆழ்ந்து போய் கண்ணை மூடிக் கொண்டார் அவர்.

"மாமா! ஞானியாக்கா? அப்பப்போ தியான நிலைக்குப் போயிடறார்!"

"ஆமாடா! ஒவ்வொருத்தருக்கும் ஆயிரம் வரம் தருவார். அதுவும் முதுகுல! வேணுமா?" பல்லவி கேட்க

"அக்கா! வேணாம்க்கா! நீங்க முதல்ல வாங்கிட்டு அப்புறம் வழி விடுங்க!"

"நான் வாங்காத வரமா? வரமெல்லாம் தானே வாய்க்கணும் தம்பி! வாயக் கொடுத்து வரத்த வாங்கிக்கப் படாது!"

"பல்லவி! அரட்டை அடிக்காம அப்பாவப் பாருடி! நீ வாங்கின பரோட்டால என்னமோ கலந்திருக்கு! மனுஷர் ஆடாம அசையாம உட்கார்ந்திருக்கார்!" சீதா மெதுவாய் பல்லவியை இழுத்து வைத்துப் பேச,

"அம்மா! சாப்பிடறவங்க எல்லாம் மனுஷங்க இல்லையா? இத்தனை பேருக்கும் என் சொந்தக் காசப் போட்டு வாங்கிக் கொடுத்துருக்கேனாக்கும்! கம்முன்னு அப்பா மாதிரியே கண்ண மூடிக்கிட்டு சாப்பிடு! நாங்க ரசிச்சுச் சாப்பிடற குடும்பம்ன்னு நான் சொல்லிக்கறேன்!"

மறுவார்த்தை பேசாமல் அவளும் கண்ணை மூடிக் கொண்டாள்.

அமேசான்காரி பக்கத்தில் வந்தாள்.

"உங்கம்மாவும் ஞானப் பழமா? நான் சீதாப் பழம்ன்னு நினைச்சேன்!"

"கிர்ர்ர்ர்! சீதா தாங்க அவங்க பேரு. ஞானம் இல்ல!"

"எங்களையெல்லாம் கூப்பிட்டுட்டு உங்க அம்மாவும், அப்பாவும் கண்ணை மூடி ஞான வழியில் போயிட்டாங்களே! அத்தக் கேட்டேன்!"

பல்லவி முறைத்தாள்.

இந்த அம்மா அப்பாவால என் மானம் போறது. மெதுவாக நகர்ந்து அம்மாவை சுரண்டினாள். அம்மா, அப்பாவை ஓரக்கண்ணால் பார்த்து விட்டுத் திரும்ப கண்ணை மூடிக் கொண்டாள்.

அதற்குள் பரோட்டா பொட்டலங்கள் காலியாக

"டேய்! வாங்கடா ஃபுட் பால் விளையாடலாம்!"

"பந்து இல்லையேடா! பாவம் பல்லவி அக்கா ஒரு ஃபுட்பால் கூட விளையாடி இருக்க மாட்டாங்க!"

"டேய்! நான் நேஷனல் லெவல் செஸ் ப்ளேயர்டா!" அலறினாள் பல்லவி

"ஹா! அக்கா உட்கார்ந்து தான் விளையாடுவாங்க போல. நாம ஓடப் பிறந்தவங்க!" இல்லாத காலரை உசத்திய பொடிப் பையன்

"டேய்! இதாண்டா பந்து" என கீழே விழுந்த டிவியைக் காட்ட,

"அய்யோ என அலறினார் வஜ்ரம். உடனே கல் உருள கபக்கென்று வாய் மூடி நித்திரை ஆசனம் கொண்டார்.

"டேய்! யார்டா அய்யோ சொன்னது? மாமா தானே! சும்மா தியானம் பண்றாப்புல உடான்ஸ் விடறாருடா!" சொன்ன பயல்கள் இருபக்கமும் வஜ்ரத்தின் வாயை இழுக்க, பரோட்டா கூழின் இடையே பளிச்செனச் சிரித்தது, அது!

"அய்யோ கல்! " இது பல்லவி!

"அய்யோ பல்!" இது வஜ்ரம்!

வேகமாய் ஓடி கண்ணாடியில் தன் முகம் பார்க்க முன் பல் இரண்டையும் பரோட்டா கொண்டு போனதில் பரிதாபமாகச் சிரித்தார் வஜ்ரம்.

பொக்கிஷம்

மலைப் பகுதியின் காபி வாசனைக்கு ஈடு இந்த உலகத்தில் உண்டா? "ம்ம்ம்ம்" மூச்சை உள்ளிழுத்தாள் பவித்ரா. முன்னாடி பையில முட்டை விழி வைத்து எம்பிப் பார்க்கும் குழந்தையையும், பின்னாடிக் கட்டிக் கொண்டிருந்த கூடையில் காபிக் கொட்டைகளை அவள் தளிர் விரல்கள் பறித்துப் போடும் அழகையும் விடாது படமெடுத்துக் கொண்டிருந்தன பாஸ்கரின் கேமரா.

மூணு வருஷத்துக்கொரு முறை இதே தான் நடப்பது.

"அழகுக் குழந்தையும் அற்புதக் காப்பியும் அப்படின்னு ஒரு புத்தகம் எழுதப் போறேன் பவித்ரா!"

"எழுதுங்க, ஆனா ஒவ்வொரு முறையும் ஒவ்வொரு குழந்தையா இருக்குமே! இவ்வளவு அற்புதத் தம்பதிகளா இவங்கன்னு நம்மைப் பார்த்து கேட்பாங்க எல்லோரும்."

"இத்தனை பிள்ளைங்களா இவங்களுக்குன்னு!" சிரித்தான்.

"அதுக்குத் தான் ஒவ்வொரு முறையும் பிறந்த மூணு மாசக் குழந்தைய வாடகைக்கு வாங்கி இந்த படம் எடுத்து வைச்சுக்கறோம். இந்தாம்மா! உங்க குழந்தை, உங்க கூடை, வர்றோம்" கருப்பை நிறையாதவள் கைகூப்ப,

விடைபெற்றவர்களின் வீட்டில் மாட்டப் போகும் இந்தப் படத்தால் தான் வீடே நிறைகிறதென்று தெரியாது தன் வேலையைத் தொடந்தாள் அவள்.

பூட்டுத் திறப்பு

“என்னாச்சு! இன்னிக்கு நேரத்தோட குப்புத்துண்டாச்சு?" யுக்தா சீண்டினாள் ஷிவாவை. ஒரு மல்டி நேஷனல் கம்பெனியில் இரவு பகலாய் நேரம் காலம் பார்க்காது உழைப்பவன் ஷிவா. அவன் கம்பெனியிலேயே அவனுக்கு நிகராக வேலை பார்ப்பவள் தான் அவன் மனைவி யுக்தா.

"ஒண்ணுமில்ல! ஏதோ யோசனை! "

"உங்களுக்கு என்ன யோசனை இருக்கப் போகுது? இப்போ போற ப்ரொஜெக்ட் டெட்லைனுக்குள்ள முடிச்சுடுவோமோ? அடுத்தது பெரிய ஆர்டரா பிடிக்க முடியுமா? இந்த மாசச் சம்பளத்தை எதிலே முதலீடு பண்ணலாம்? அதானே?"

"பின்ன? பணம் இல்லன்னா ஒரு மனுஷன் மதிக்க மாட்டான். அந்தக் கஷ்டம்லாம் ஆம்பிளைக்குத் தான் தெரியும். சம்பாத்தியம் புருஷ லட்சணம்ன்னு சொல்லி இருக்காங்களே!"

"இப்போ நாங்களும் தான் சம்பாதிக்கறோம். அப்போ மாத்திடலாமா சொல்லி வைச்சதை? சம்பாத்தியம் பெண்ணுக்கும் லட்சணம்ன்னு!" மெல்ல அவன் தலை முடியைக் கோதி விட்டாள் யுக்தா.

"இப்ப என்ன சொல்ல வர? அதச் சொல்லு!"

"எழுந்து சட்டையைப் போட்டுக்கிட்டு ஹாலுக்குப் போங்க, நாலு நாளா நீங்க ஒருவார்த்தை தன் கால்வலியைப் பத்திக்

கேட்க மாட்டீங்களான்னு ஏங்கற உங்க அம்மா கிட்ட உட்கார்ந்து அத என்னன்னு கேளுங்க.

ஒரு வாரமா தன் கண்ணாடி ப்ரேம் மாத்தணும்ன்னு சொன்ன உங்க அப்பாவை நேத்து அப்பாயிண்மெண்ட் வாங்கிக் கொடுத்து புது கண்ணாடி வாங்கி வச்சேன். அது நல்லாருக்குன்னு சொல்வீங்கன்னு உங்க முகத்த முகத்தப் பார்க்கறாரு! அதயும் கேளுங்க!

ஊரிலிருந்து வந்திருக்கிற உங்க தங்கை, அண்ணன் எங்கிட்ட பேசவே மாட்டேங்குதே அண்ணின்னு குறைப் பட்டுக்கறா! இப்படி சாப்பாடு, தூக்கம், வேலைன்னு தனக்குள்ளயே உழன்று கொண்டிருந்தா மனுஷ மனசைப் படிக்கறது எப்படி? அன்புங்கற ஜன்னல் திறந்து தான் இருக்கு, நாம தான் அத அனுபவிக்காம பண மிஷினுக்குள்ள தலையைக் கொடுத்துக்கிட்டு நிமிரவே மாட்டேங்குறோம். அப்புறம் ஸ்டெரெஸ், மண்ணாங்கட்டின்னு ஆஸ்பத்திரிக்குத் தண்டம் அழுவோம்!"

"நீயும் என் கூட தானே வேலை பார்க்கிற? நீ மட்டும் எப்படி யுக்தா எல்லோரையும் கவனிச்சுச் செய்யற?" பிரமித்தான் ஷிவா

“ம்ம்ம்... நான் ஷிவா இல்லயே! யுக்தாவாக்கும். நமக்கான ரிலாக்ஷேஷன் நம்ம வீடு தாங்க. கட்டுப் பாடு இல்லா அன்பு இங்க தான் கிடைக்கும். பணம், பணம்ன்னு ஓடி பாசத்தை மறந்துட்டீங்க. எழுந்துக்கோங்க, அவங்க முகத்தில் சிரிப்பைப் பார்க்கலாம்!"

எழுந்து வெளியே வந்து மகிழ்ச்சியோடு அளவளாவிய ஷிவாவை மூவரும் ஆமை தன் ஓட்டை விட்டு வெளியே

வந்துடுச்சேன்னு பிரமிப்பாய் பார்த்தார்கள் என்றால் அதைச் சாதித்த யுக்தாவை இன்னும் ஆசையோடு பார்த்தார்கள்.

ஷிவாவின் கையைப் பிடித்து ஆசையாய்ப் பேசிக் கொண்டிருந்த தங்கை, மெல்ல அண்ணியின் புறம் சாய்ந்து,

"தலையணை மந்திரமா அண்ணி?" என்றாள் குறும்பாக.

"ஆமா! ஆனா அந்தத் தலையணை யாருக்கும் இல்லை!" எனச் சிரித்தாள் யுக்தா.

பின்னிரவில், "எப்படி யுக்தா இத்தனை பொழுதுக்கும் இவ்வளவு ப்ரெஷ்ஷா இருக்க?" ஷிவா அவள் மேலிருந்த தலையணையை நகர்த்திய படி கேட்டான்.

"ம்ம்! இப்ப என்னத்துக்கு தடையை நகர்த்தியாறது? தலையணை, மந்திரம் சொல்லுமாம்! நடுவிலேயே இருந்து சொல்லட்டும்!" என்று சொல்லி அவள் உதட்டைச் சுழிக்க அந்தச் சுழிப்பில் படைத்த பிரம்மனே மயங்குவான் எனில் ஷிவா மட்டும் என்ன? மொத்தமாய் சரணடைந்தான்.

ரேவா

தோட்டத்து மலர்களின் மணமும், பூஜையறை ஊதுபத்தியின் மணமும் சேர்ந்து மணம் கமழ அவ்வறை நிசப்தமாய் இருந்தது.

"ரேவா? எப்படிடி இருக்க?" கேட்ட ரேகாவின் கண்ணில் நீர் நிறைந்திருந்தது.

ரேகாவின் கையை ரேவதி இறுகப் பற்றியிருந்தாள்.

"நான் தான் ரேகா உன்னக் கேட்கணும். வருஷக் கணக்கா படுத்தே இருந்துண்டு என்னைக் கேட்கறியே? எப்ப தான் சரியாகுமாம் இது? " கண்ணில் துளிர்த்த நீரை அவள் முன் காட்டாது அடக்கிக் கொண்டாள் ரேவதி.

ஆம்,ரேகாவுக்கு நாள்பட்ட உடம்பு. சின்னக் காய்ச்சலில் ஆரம்பித்த உடம்பு எதிர்ப்பு சக்தியே இல்லாது ஒவ்வொரு பகுதியாய் இயக்கம் குறைந்து போய் எல்லாவற்றிற்கும் மற்றவர் உதவியை எதிர்பார்க்கும் நிலைமை. ரேவதி இவள் ஆருயிர்த் தோழி. வாராவாரம் இவளைப் பார்க்க வருவாள் எனினும் ஒவ்வொரு தடவையும் வெகு ஆசையாய் விசாரிப்பாள் ரேகா.

"இந்தாடி! இத்தனை கடிதங்கள் வந்திருக்கு நீ எழுதிய கதைக்கு!" ரேவதி தன் பையிலிருந்து எடுத்து அவளிடம் கொடுத்தாள்

"ம்க்கும்! நான் எழுதிய கதையா? நாம எழுதின கதை!"தன் வயிற்றின் மீது கிடந்த கடிதங்களைப் பார்த்தபடி சொன்னாள் ரேகா.

“அவள் கையும் இப்போ சுவாதீனத்தில் இல்லையம்மா! தன்னிச்சையா கையைத் தூக்க முடியாது. நாமளா தூக்கிப் பிடிச்சா உண்டு. போனவாரம் நீ வந்து போனப்புறம் திடீர்னு ஒருநாள் ரொம்ப முடியாமப் போச்சு. டாக்டர்ட்ட ஓடினோம். இந்த உடம்புக்கு இப்படித் தான் ஒவ்வொரு பகுதியா பிரச்சினை வருமாம், அதான் கையத் தூக்க மாட்டேங்கறா. நீயே எல்லாக் கடிதத்தையும் படிம்மா ரேவதி" என்றாள் காபி எடுத்துக் கொண்டு வந்த அலமேலு.

இரு கண்ணில் பொங்கி வழிந்த கண்ணீரைப் பார்த்து விட்டு, "இதென்ன ரேவா? எனக்கு உடம்புல எந்த உறுப்பு அடங்கினாலும் மூளை இருக்கேடி, அது ரொம்ப சுறுசுறுப்பா வேலை செய்யுதுடி, நாம ரெண்டு பேரும் ஸ்கூல் படிக்கும் போது மத்யானம் ஹெட்மாஸ்டர் வீட்டுக்குப் போய் அவருக்குச் சாப்பாடு வாங்கிட்டு வருவோமே, அப்ப எனக்குன்னு என்ன ஸ்பெஷலா கேட்டு வாங்கிப்பேன்னு சொல்லு? உனக்கு ஞாபகமிருக்கான்னு பார்க்கறேன்"

ரேகா தன்னைத் தானே பூஸ்ட் ஏற்றிக் கொள்வதைக் கவனித்த ரேவதி தானும் அவள் போக்கிலேயே பேசலானாள்.

"வேற என்னடி? நாம தினம் சாப்பாடு வாங்கிண்டு போனதுக்கான லஞ்சம் காரசாரமா அந்த மாமி போட்டு வைச்சிருந்த மாவடு, விடாம ஒரு பாட்டில்ல வாங்கிடுவியே நீ!"

சிரித்தனர் இருவரும்.

"வந்ததில் இருந்து பேசிண்டே இருக்கியே ரேவதி, அலமேலு! நீ வைச்ச காபியும் ஆறிப் போயிடுத்து பார்! வேற எடுத்துண்டு வா! " தன் பூஜை வேலைகளை முடித்துக் கொண்டு வந்த வாசுதேவன் தன் பெண்ணின் தலைமாட்டில் நின்று அவள் நெற்றியைத் தன் மேல்துண்டால் துடைத்தபடி,

"ரேகா! ஏன் கண்ணு இப்படி வேர்க்குது? ஏசிய வேணா இன்னும் குறைக்கவா? உடம்பு ஏதும் பண்றதா? ஏம்மா?"

"இல்லப்பா! இல்ல! கொஞ்சம் தீர்த்தம் மட்டும் கொடுங்கோ, நான் நன்னா தான் இருக்கேன். தோ! ரேவா வந்தா பொழுது போறதே தெரியாது. "

அலமேலு தீர்த்தத்தையும், இன்னொரு காபியைக் கொடுத்து விட்டு நகர, வாசுதேவனும் தன் நாராயணீயம் புத்தகத்தை எடுத்துக் கொண்டு அறையின் வெளியே கிடந்த சோபாவில் அமர்ந்து கொண்டார்.

எப்போ விடியுமோ இவளுக்கு? எத்தனை வைத்தியம்! எத்தனை டாக்டர்! எத்தனை கோவில்கள்? எத்தனை வேண்டுதல்கள்? இதோ நேத்து கூட இந்த வீட்டை அடமானம் வைச்சவர்ட்ட போய் பேசிட்டு வந்தேன். வாங்கின கடனுக்கு மேல வட்டி நிக்குதே! இன்னும் வட்டி கட்டாம இருந்தா வீடு மூழ்கிப் போகும்ன்னு சொல்லியனுப்பினார். இதக் கூட இங்க அலமேலுட்ட சொல்ல முடியல, பாவம் அவ! நர்ஸ் கூட ஒருவேளை தான் என்னால போட முடிஞ்சுது, அலமேலு தான் பார்த்துக்கறா!

மனதின் அலைபாய்தலில் அவரால் நாராயணீயம் படிக்க இயல வில்லை. பக்கத்தில் இருந்த மேசையில் வைத்து விட்டு தலையைச் சாய்த்துக் கண்ணை மூடிக் கொண்டார்.

"எம் பொண்ணுக்கு ஒரு வழி விடப்பா ஈஸ்வரா!" முணுமுணுத்தார்.

உள்ளே ரேகா ரேவதியுடன் பேசிக் கொண்டிருப்பது அவருக்கு நன்றாகவே கேட்டது,

இந்தப் பெண் வருகிறதோ இவளுக்கு வெளியுலகம் தெரிகிறதோ, பேஸ்புக்கில் ரேகா சொல்லச் சொல்ல டைப் பண்ணும் வசதியைப் பயன்படுத்தி தினம் ஒரு கவிதை போடச் செய்தாள். கதைகள் பலவற்றை ரேகாவும் இவளுமாய் டிஸ்கஸ் செய்து அதைத் தானே எழுதி பல பத்திரிக்கைகளுக்கு அனுப்பி ரேகாவை ஒரு பிரபல எழுத்தாளர் ஆக்கி விட்டாளே. ரேகா என்னவோ தன் பெயரில் எழுதாமல் ரேவா என்று தன் தோழி பெயரில் தான் எழுதுகிறாள். இன்றும் வருகிற லெட்டர் எல்லாம் மிஸ். ரேவா என்று தான் வருகிறது, பலவாறு எண்ணமிட்டவாறு உட்கார்ந்திருந்தார் அவர்.

"என்னாச்சு ? இன்னிக்கு பாராயணம் பண்ணலியே? என்ன யோசனை? நம்ம ரேகாவ பத்தியா?"

"ஆம் அலமேலு! வேறென்ன? குழந்தை காலேஜ் முடிச்ச குஷில வட நாட்டுக்கு டூர் போய் இழுத்துண்டு வந்த காய்ச்சல் இப்படி பேயாப் பிடிச்சுண்டு அவளோட ஒவ்வொரு உறுப்பா முடக்கிண்டு வர்றதே! பகவானுக்குக் கண்ணில்லாமப் போச்சே!"

"கண்ணில்ல தான்! கண்ணே இல்ல தான்! அழகும், அறிவுமா வளர்ந்த பொண்ணு, கல்யாணம் பண்ணிப் போக வேண்டிய வயசுல இப்படி படுத்த படுக்கையா, கண்கொண்டு பார்க்க முடியல."

“ம்ம்… எத்தனையோ வைத்தியம், எல்லோரும் கைவிரிக்கறா! இருக்கும் வரை நன்னா வைச்சுக்கோங்கங்கறா!"

"ஆமா! அதான்,எனக்கு மனசே ஆறல. யாரு வந்து இனி என்ன பண்ணப் போறா, இருக்கற வரை சந்தோஷமா இருக்கட்டும் நம்ம ரேகா. ஏதோ இந்த ரேவதி வராளோ பிழைச்சமோ, தன் உடம்பை மறந்து சந்தோஷமா கதை எழுதிண்டு அதுக்கு வர்ற விமர்சனக் கடிதத்தைப் படிச்சுண்டு ஜாலியா இருக்கா. ம் ஹூம்!" என்ற படி அங்கிருந்த நாற்காலியில் உட்கார்ந்தாள் அலமேலு.

"உயிர்த்தோழி ஆச்சே! அவள் பெயரைத் தானே தன் புனை பெயராய் வைச்சுண்டு இருக்கா நம்ம பொண்ணு" வாசுதேவன் சிலாகிக்க,

"அது ரேவதி பெயர் இல்லன்னா! நம்ம ரேகா பேரோட முதலெழுத்தும், உங்க பேரோட முதலெழுத்தும் தான்" அலமேலு சொல்ல "அட!" என்றார் வாசுதேவன்.

"டீ! டீ! ரேவா! அந்தக் கடிதத்தை ஒரு முறை படியேன்," உள்ளே ரேகா எதற்கோ ரேவதியைக் கெஞ்சிக் கொண்டிருந்தாள்.

“இது லவ் லெட்டர்டி! இந்தா நான் பிடிச்சுக்கறேன், நீயே படிச்சுக்கோ! கதாசிரியர் ரேவாவுக்கு வந்த காதல் கடிதம்!” பரிகசித்தாள் ரேவதி.

"என்ன அலமேலு அது? என்னவோ பேசறாளே, "

"ஷ்" வாயில் விரல் வைத்துப் பேசாமல் கவனிப்போம் என்று சொன்னாள் அலமேலு.

இருவரும் மௌனமாய் அமர்ந்திருக்க அறையில் இருந்து தானாக விழுந்த பேச்சில் ரேகாவுக்கு இருந்த கல்யாண ஆசையைப் பார்த்து அவர்கள் கண்ணில் கண்ணீர் வழிந்தது.

"ரேவா! எப்பவும் எழுதற வாசகர் வாஞ்சி நாதன் தானேடி? நீயே படி!"

"அவரே தான்! உருகி உருகி எழுதி இருக்கார். ரேவாவை விரும்புகிறாராம். விரும்பினால் திருமணம் பேச வருகிறாராம்"

"ரேவா என்ற எழுத்தாளருக்கு எழுதப்பட்ட கடிதம், இங்க நாம் இருவரும் சேர்ந்து தான் ஒரு கதையை எழுதறோம் இல்லையா? இதில் எந்த எழுத்தாளரை இந்த வாசகர் விரும்புகிறாராம்?" ரேகாவின் பேச்சில் குறும்பு கொப்பளித்தது.

"உன்னைத் தாண்டி எருமை மாடே! இது உனக்கு வந்த லெட்டர். "கஸ்தூரி மானே" என்று நீ எழுதின நாவலையும் விமர்சிச்சிருக்கார் பார்!" கடிதத்தை கிட்டே பிடித்துக் காண்பித்தாள் ரேவதி.

"ம்ம்ம்! நான் கிடக்கற கிடப்புக்கு கல்யாணம் ஒண்ணு தான் குறைச்சல், சே! சே! நான் இப்படி பேசக் கூடாது, மனச ரிலாக்ஸா வைச்சுக்கணும்ன்னு தான் நினைக்கணும். என்ன இப்போ ? உடம்பு சரியானதும் ஒரு சுயம்வரமே வைச்சிடறேன் நான்,. ஹா! ஹா!

ஏண்டி ரேவா! உன் விஷயம் எப்படி? என்னோட ஸ்கூல் படிச்ச, காலேஜும் முடிச்ச, இப்ப பி. ஜி. கரஸ்ல முடிச்சாச்சு. அடுத்து என்னடி? வேலையா? கல்யாணமா?"

"வேலைலாம் போலடி! உன் கூட தான் இருக்கப் போறேன், கல்யாணத்துக்கு மாப்பிள்ளை என் இஷ்டம் தான்னு எங்கப்பா சொல்லிட்டா. ஏன் உனக்குத் தான் என்னைப் பத்தி நன்னாத் தெரியுமே. நீயே கூட எழுந்து வந்து எனக்கு மாப்பிள்ளை தேடலாம். உனக்கு உடம்பு சரியான பின் தான் இதெல்லாம் யோசிக்கணும், இப்போ உனக்கு ஏதாவது சாப்பிட எடுத்துண்டு வரவா?"

சற்று நேரம் பதில் பேசாமல் இருந்த ரேகா, பட்டென்று சொன்னாள், "ரேவதி இனிமே நீ தான் எழுத்தாளர் ரேவா. உனக்கான வாஞ்சிநாதன் உன் கையில் தான் பத்திரமா இருக்கார். நான் உங்கப்பா கிட்ட பேசறேன்!"

இதையெல்லாம் கேட்டபடி இருந்தனர் அலமேலுவும், வாசுதேவனும்.

சில மாதத்தில் இன்னும் நிலைமை மோசமானது. டயாலிசஸ் வாரம் இருமுறை ஆனது. சமயத்தில் வெண்டிலேட்டர் உதவியும் தேவைப்பட்டது. காலை வேளைக்கும் நர்ஸ் ஏற்பாடு பண்ணுவதற்காக டெலிபோனை கையில் எடுத்தார் வாசுதேவன்.

உள்ளே ரேகா படுத்திருக்க, அலமேலு அவளுக்கு துடைத்து விட்டுக் கொண்டிருந்தாள்.

அப்போது பார்த்து உள்ளே வந்தனர் இருவர்.

"என்ன மாமா! அலமேலு மாமி இல்லையா? எம் பொண்ணுக்கு வர்ற வாரம் கல்யாணம் வைச்சிருக்கோம். பத்திரிக்கை கொடுக்க வந்தோம்" என்ற படி அந்த தெரு

முனை வீட்டின் மாமாவும், மாமியும் வாசுதேவன் எதிரில் அமர்ந்தனர்

"உட்காருங்கோ! அலமேலு உள்ள இருக்கா!"

"இன்னும் ரேகா அப்படியே தான் இருக்காளா? டாக்டர் என்ன தான் சொல்றார்? குணமாயிடுமாமா?"

"ஆகணும்ன்னு தான் பகவான் கிட்ட தினம் வேண்டிண்டு இருக்கேன். நம்மை மீறிய சக்தி அவன் தானே!"

"ம்ம்ம்! கல்யாணம் பண்ணி பேரன் பேத்தியை எடுத்துக் கொஞ்ச வேண்டிய வயசுல மாமிக்கும் உங்களுக்கும் இப்படி ஒரு நிலை வரணுமா? பெத்த கடனோ பிள்ளைக் கடனோ?"

"இருக்கட்டும்மா! கடனக் கழிச்சுண்டு தான் இருக்கோம். அப்புறம் பகவான் விட்ட வழி " எழுந்து கைகூப்பினார்.

ரேகாவுக்கு அன்றிரவு நினைவு தப்பியது. அவசர சிகிச்சைப் பிரிவில் சேர்க்கப் பட்டாள். ஆஸ்பத்திரி வராண்டாவில் கவலையோடு உட்கார்ந்திருந்த அலமேலு வாசுதேவனை நோக்கி இருபக்கமும் இருந்து விரைந்து வந்தனர் வாஞ்சி நாதனும், ரேவதி மற்றுமவள் பெற்றோரும்.

"எப்படி இருக்கா?" இது ரேவதி.

"இந்த தடவை அவ திரும்பற மாதிரி இல்லம்மா"

கண்ணீர் விட்டு அழுதாள் ரேவதி. அவள் பெற்றோரும் கூட. அதற்குள் அங்கு வந்து சேர்ந்தான் வாஞ்சி நாதன்.

"எழுத்தாளர் ரேவாவின் அட்ரஸை பத்திரிக்கை ஆபீஸில் வாங்கிண்டு வந்தேன். அந்த அட்ரஸுக்குப் போனால்

எல்லோரும் ஆஸ்பத்திரியில் இருக்கான்னு பக்கத்து வீட்டுக்காரர் சொல்லி அனுப்பினார். ரேவா இல்ல ரேகான்னார். ஒரே குழப்பமா இருக்கு, இருந்தாலும் நேரயே பார்க்கலாம்ன்னு வந்துட்டேன்!" சொன்ன வாஞ்சிநாதன் நிறைகுடமாய் தேஜஸுடன் இருந்தான். காரியாலயத்தில் பெரிய பதவி வகிப்பதாகச் சொன்னவன் ரேவாவைப் பார்க்க வேண்டும் என்றான்.

மெல்ல நிமிர்ந்து ரேவதியின் பெற்றோர்களை அர்த்தத்துடன் பார்த்த வாசுதேவன், "உள்ள இருக்கறது எம் பொண்ணு ரேகா. நீங்க தேடி வந்தது, இதோ, இவங்க தான் எழுத்தாளர் ரேவா," என ரேவதியை கையைக் காண்பித்தவர், சொன்னார்

"அலமேலு! இனி ரேவாவும் நம்ம பொண்ணு தான்!"

ரௌத்திரம் பழகு

"வேணு அய்யரே! இன்னொரு தடவை யோசிச்சுக்கோங்க! தயிர்சாதம் சாப்பிட்ட கையும், தர்ப்பை பிடிச்ச கையும் கத்தி தூக்கலாமா? இதெல்லாம் என்னய மாதிரி ஆளுங்களுக்குச் சரி, நீங்க போய் வேதத்தை மட்டும் படிங்க! வீதி பிரச்சனையை நாங்க பார்த்துக்கறோம்."

"இப்ப என்னடா இசக்கி? நான் பரசுராம வம்சம்ன்னு நினைச்சுக்கோ! இப்ப அடிதடி பழகச் சொல்லித் தரப் போறியா இல்லையா? " கொதித்தார் வேணு.

"ஏன் அய்யரே! ஏனிப்படி? நீங்க உண்டு உங்க வேலை உண்டுன்னு இருப்பீங்களே, இன்னிக்கு என்ன ஒரே பிடியா நிக்குறீங்க! சரி தான், சாயங்காலமா பட்டறைப் பக்கம் வாங்க. சொல்லித் தரேன்," அகன்றான் இசக்கி.

அது கிராமமாக இருந்தாலும் நகர வசதிகள் எல்லாம் வந்து கொண்டு தான் இருந்தது. அதில் முக்கியமானது குடி. ஊர் கடைசியில் ஒதுக்குப் புறமாய் கள்ளுக்கடை என போர்டு மாட்டி குடித்தது போக இப்போ வீதியிலேயே கடையோடு கடையாய் "பார்" திறக்கப் பட்டிருந்தது.

ஒளியத் தெரியாதவன் தலையாரி வீட்டில் ஒளிந்த கதையாய் கள்ளு குடித்தவனுக்கெல்லாம் இக்கடை தலையாரி வீடாகப் போயிற்று. அதனால் பாதிக்கப் பட்டவள் அம்முலு தான்.

அந்த வீதியின் எதிர்சாரியில் இருந்த வீட்டின் திண்ணையில் அவள் அமர்ந்திருப்பாள். கண்ணகலாது பார்த்திருப்பாள்.

அவர்கள் கடை மூடியதும் உள்ளே வருவாள். சொல்லிப் பார்த்தாயிற்று. இழுத்துப் பார்த்தாயிற்று. நகர்வதாய் இல்லை அவள். எற்கனவே குறுக்கிக் கொண்டவளை இன்னும் குறுக வைத்தது அந்தக் கடை.

"ஏன்னா! இன்னிக்கு நாம கோர்டுக்குப் போகணும், இன்னிக்காவது தீர்ப்பு சொல்வாளா? இல்ல இன்னிக்கும் வாய்தாவா? " வேணுவின் பத்தினி தர்மாம்பா தன் புடவைத் தலைப்பைப் போர்த்தியவாறு கேட்டாள். நீவி உடுத்திக் கொண்ட ஒம்பது கஜப் புடவை அது வாங்கப் பட்ட காலத்தை தன் ஓரக் கிழிசலில் காண்பித்தது.

"வாங்கற காசெல்லாம் வாய்தாக்கே போறது. உனக்கு ஒரு நல்ல துணி கூட வாங்க முடியாத கையாகலாதவனாப் போயிட்டேன். இன்னிக்கும் போய்ட்டு வருவோம், எப்போ தான் நம்ம அம்முலுவுக்கு விடியப் போறதோ தெரியல! அவளையும் தயார் பண்ணு! கிளம்பலாம்!"

சொன்னபடி ஓட்டுவாரத்தில் இருந்த அரிவாளை எடுத்துத் தன் இடுப்பில் செருகிக் கொண்டார் வேணு.

"அய்யோ! என்னன்னா இது? அரிவாளெல்லாம்?? அபச்சாரம்! புத்தியைத் தீட்டறவா கத்தியத் தீட்டுவாளோ? இதெல்லாம் என்னதுக்கு கோர்டுக்கு , அதுவும் வேட்டியில் மறைச்சுண்டு!" சத்தம் போட்டாள் தர்மாம்பா.

"இசக்கி கிட்ட கத்தி பிடிக்கக் கத்துட்டேண்டி! இன்னிக்கு ரெண்டுல ஒண்ணு பார்த்துடலாம். அம்முலுவா? அவனான்னு!

கோர்ட் வளாகம் ஸ்தம்பித்தது!

குடிக்காகத் தன் மனைவியை அடகு வைத்தானென்றும், அப்படிச் சென்ற மருமகளால் தங்கள் மானம் போய் விட்டதென்று கொடுமைப் படுத்தினார்கள் என்றும், அதனால் அவளுக்கு விவாகரத்து வாங்கித் தருமாறு தொடரப் பட்ட வழக்கில் சம்பந்தப்பட்ட நபருக்குக் குடிப் பழக்கம் உண்டு என்று நிரூபிக்கப் படாததால் திரு. வேணு அய்யர் போட்ட வழக்கு தள்ளுபடி செய்யப்பட்டு திருமதி. அம்முலு தன் கணவனுடன் வாழ அறிவுறுத்தப் படுகிறது.

நீதிபதி வாசித்து முடித்து வெளியில் செல்லும் போது சட்டென வேணுவின் இடுப்பு அரிவாளைப் பறித்துத் தன் கணவனின் தலையை கொய்து இடி இடியெனச் சிரித்தாள் அம்முலு!

"இந்த அம்முலு என்னிக்கும் தன் தீர்ப்பை தள்ளுபடி பண்ண மாட்டா!"

சிறை

"இறைவா! காப்பாற்று!" என்றபடி துண்டை உதறித் திண்ணையை ஒரு தட்டு தட்டி அமர்ந்தார் எழுபது வயதான நீலுத் தாததா.

உழைப்பில் தளர்ந்த தேகம். பல தடங்களைக் கண்ட பாதம். நாட்டின் சுதந்திரப் போராட்டத்தில் பங்கு பெற்றவர். காந்திஜியின் சத்தியாக்கிரகப் போரில் உப்புக்கு நடையிட்ட மனிதச் சங்கிலியில் நீலுவும் ஒருவர். பலகாலம் சிறையில் இருந்தவர்க்கு மிகவும் தாமதமாகத் தான் திருமணம் நடைபெற்றது.

"சுதந்திரப் போராளியா? சிறைக்கும் சென்றவனா? வேலையென்று நிலையில்லாது இருக்கும் சொத்தையும் கரைத்துக் கொண்டு இருக்கும் உம்ம பையனுக்கு எப்படி நீர் பொண்ணு கேட்டு வந்துருக்கீர்?" என்று கேட்டு நிந்தித்தவர்கள் மத்தியில் நீலுவின் சுதந்திர தாகத்துக்காகவே தன் ஒரே பெண் பார்வதியை அவள் சம்மதத்துடன் திருமணம் செய்து வீட்டோடு மாப்பிளையாக வைத்துக் கொண்டார் மேடமங்கலம் மிராசுதார் சிவசைலம்.

பார்வதி வந்தபின்பும் சிறை இவருக்கு மறுவீடாகத் தான் இருந்தது. அப்படி பட்ட மறுவீட்டில் இவருக்குக் கிடைத்த தோழமை தான் இந்த வயதிலும் இவரைத் திண்ணையில் உட்கார வைத்திருக்கிறது.

டுர்ர்ர்ர்ர்ர்!

டயரை ஓட்டிக் கொண்டு தன் சகாக்களோடு வந்த குளத்தங்கரை வீட்டுப் பையன்,

"ஏ! செவிட்டுத் தாத்தா! திண்ணைக்கு வந்து அப்படி என்ன தான் பார்ப்பியோ? தினம் இப்படி வந்து உட்கார்ந்துடற, இறைவா! காப்பாற்றுன்னு சத்தமா நீ கூப்பிடற சத்தத்துல நம்ம மேடமங்கலச் சிவனே கீழ இறங்கி வந்துடுவான் போல!"

செவிடா! நானா? பார்வதி இருந்திருந்தா இந்த சொல்லுக்கு இவனை என்னன்னு கேட்டிருப்பா. அவ தான் என்ன விட்டுட்டுப் போயிட்டாளே, என்னிக்கு அவனைச் சந்திச்சேனோ அன்னிக்கு ஆரம்பிச்ச சனி திசை, பார்வதி போயும் என்னை விடாம சுற்றிண்டு இருக்கே,

பார்வதி பிள்ளையாண்டிருக்கும் செய்தி கூட அவனுடன் இருக்கும் போது தான் சிறைக் காவலர் வந்து சொன்னார்.

ஒரு சாவகாசமான மாலைப் பொழுதில் மரத்தடியில் அவனுடன் உட்கார்ந்திருக்கும் போது, "ஏப்பா! நீலகண்டா! உனக்கு அப்பா பதவி வந்தாச்சுப்பா! இனிமேயாவது பொறுப்பா போராட்டம், கீராட்டம்ன்னு இல்லாம குடும்பம், குழந்தைன்னு இரு. பாவம் உம் பொண்டாட்டி! சிறை காவலாளி மூலம் கடுதாசி குடுத்து விட்டுருக்கா! இந்தா!" என்றது இப்போ நடந்தது போல் இருக்கிறது.

"ஒன்றே குலமும் ஒருவனே தேவனும்

நன்றே நினைமின் நமன் இல்லை நாணாமே

சென்றே புகும்கதி இல்லை நும் சித்தத்து

நின்றே நிலைபெற நீர் நினைந்து உய்மினே!"

இந்த திருமந்திரத்தைச் சொல்லிக் கொண்டிருக்கும் போது தான் தகவல் வந்தது. விடுவானா அவன்? அவன் அவன் என்கிறேனே, அவனுக்குத் தான் பெயருண்டே! எத்தன்! பெயரைச் சொன்னால் கூட வந்து விடுவான். அப்புறம் சொல்கிறேன்,

"ஒன்றே குலம் என்கிறாயே, இப்போ நீ வேறு குலம், நான் வேறு குலம், இதெல்லாம் பாட்டுக்குத் தான் சரி!"

"இல்லை தோழா! நாம் அனைவரும் போராளிகள், நாம் அனைவரும் இந்தியர்கள்!"

நீலு சொல்ல சிரித்தான் அவன்.

"நாம் ஒன்றா? இல்லை இல்லை! நீ மிதவாதி! நானோ தீ,வி,ர,வா,தி!" ஒவ்வொரு எழுத்தையும் அழுத்தமான உச்சரித்த அவன் ஷா என்ற பெயருடையவன். காற்றைப் போல் போராட்டத்தைச் சுவாசிப்பவன். அவன் உண்மைப் பெயர் யாருக்கும் தெரியாது.

நீலு அவனிடம் அகப்பட்டுக் கொண்டதே அவரது தேவார, திருமந்திரப் பாட்டுக்களால் தான். அதன் ஓசையிலும், அழகிலும் ஈர்க்கப் பட்ட அவன், பொருளறியப் பழகினான். பொருளுணர்ந்து கேள்வி கேட்டான். அப்போது தான் அதையும் கேட்டான்

விடுதலை பெற்றார். விடுதலையா பெற்றார்? இன்று வரை மனச் சிறையில் கிடக்கும் மௌனங்கள். அதனால் தான் இந்தச் சிறுவர்களுக்கு செவிட்டுத் தாத்தாவாகிப் போனார்.

"ஏன்னா! எங்கிட்ட எதையும் மறைக்கலையோன்னோ?" பார்வதியின் குரல் இன்னும் காதில் அலை போல மோதிக்கொண்டே இருக்கிறதே! அந்தச் சிறையிலிருந்து, இந்த மனச் சிறை! தப்ப முடியுமா? காதை மூடிக் கொண்டார் நீலு.

குளத்தங்கரை சிறுவர்களுக்கு இவர் காதைப் பொத்திக் கொள்வது இன்னும் வேடிக்கையாய் இருக்க வேண்டுமென்றே உரக்கக் கூச்சலிட்டார்கள். சுருண்டு படுத்துக் கொண்டார் நீலு.

"டேய்! இந்தத் தாத்தா பாவம்டா! படுத்துட்டாரு!" ஒரு பையன் சொல்ல,

"அவருக்கென்னடா! தர்மகர்த்தா! அவரோடது சிவன் கோவில்! பரம்பரை மிராசுதார்! தாத்தாவுக்கு சாப்பாடு கோவில் மடப்பள்ளியில் இருந்து தான். பிறகென்ன சாப்பிட்டுட்டு இப்படி தூங்க வேண்டியது தானே! முதலில் சீண்டியவன் பதில் சொல்ல,

"டேய்! ஊரே அவரோடது டா! எல்லாத்தையும் தர்மம் கொடுத்தவரப் போய் இப்படி சீண்டுறீங்களேடா?" பரிதாபப் பட்டான் மற்றொருவன்.

அசட்டையாய் பேசிச் சிரித்த சிறுவர்களுக்கிடையில் ஒரு நல்ல மனம் இப்படி பேசியது நீலுவின் காதிலும் விழுந்தது. ஆனாலும் கண் திறந்து அவர்களைப் பார்க்க வில்லை. நிலவு சிரித்தது. கோவில் பட்டர் வைத்து விட்டுப் போன சாப்பாடும் இவரைப் பார்த்து சிரித்தது. பசியே எடுக்க வில்லை. என்னமோ மனது, பழைமை பேசித் திரிந்து கொண்டிருந்தது.

அன்னிக்கு என்ன சொன்னான்? அதாச்சா இன்னிக்கு முப்பது வருஷம்? ம்ம்ம்! தலையைத் தட்டிய படி யோசித்த நீலு, நிலவைப் பார்த்தார். முழு பௌர்ணமியாய்ச் சிரித்துக் கொண்டிருந்தது. ஆடி பௌர்ணமி, ஆமா! சரியா இன்னிக்கு முப்பது வருஷம். அப்போ, சொன்னபடி வந்துடுவானோ?

அவன் பேச்சு காதில் எதிரொலித்தது.

"ஒரு முப்பது வருஷம் காத்திரு ஐயரே! அது போதும் எனக்கு! முப்பது முடிஞ்சு டாண்ணுன்னு வந்து நிப்போம். அன்னிக்குப் பார்க்கலாம் மிதவாதியா இல்ல தீவிரவாதியான்னு, இப்போ, இந்த நிமிஷத்தில இருந்து உன் சொத்து என்னோடது. முப்பதுக்கபுறம் வந்தா அது உன்னோடது!"

இவரும் வீராவேசத்துடன் தலையசைத்து விட்டு இப்போ மறுகுகிறார்.

மறுநாள், சிவன் கோவிலே அல்லோகலப்பட்டது. சுமார் ஆயிரம் வருடம் பழைமையான கோவில் அது. மேடமங்கலம் மிராசுதாரின் முன்னோர்கள் கட்டியது. மிராசுதார்க்கு வாரிசாய் பார்வதி மட்டும் தான் என்பதால், நீலு தர்மகர்த்தாவானார்.

அங்கு இருந்த மரகத நடராஜரைக் காணவில்லை. இத்தனைக்கும் பல பந்தோபஸ்து பண்ணி பூட்டு மேல் பூட்டாக வைத்திருந்தது,

"உன் கோவிலில் என்ன உசத்தி ஐயரே? "

"எல்லாமே தான் ஷா!"

"ஏதாவது ஒண்ணு சொல்லு! என்னிக்கு அதைத் தூக்கறேனோ அன்னிக்கு அங்க நான் நுழைஞ்சிட்டேன்னு தெரிஞ்சுக்கோ!"

"மரகத நடராஜர் அப்பா! "

"ஹா! ஹா!

மரகதமும் மடிசாயும்!

மறக்காதே! நான் வருவேன்!"

சொன்னபடி வந்துவிட்டானா? துணியைச் சுருட்டிக் கொண்டு ஓடினார் நீலு.

அங்கு கூட்டம் கூடியிருந்தது. இவர் வரவும் வழி விட்டனர் மக்கள்.

“போலீஸ் கிட்ட நீங்க வரவும் சொல்லலாம்ன்னு," முன் வந்து சொன்னார் ஊர் தலையாரி.

"இல்லை! வேண்டாம்! சென்றவர் தானே வருவார்! எல்லோரும் செல்லுங்கள்! நான் தனித்திருக்க வேண்டும்."

மனக் குழப்பம் வரும் போதெல்லாம் நீலு சிவன் சன்னிதியில் நிஷ்டையில் இருப்பது வழக்கம் தான். அது போல் இன்றைய குழப்பத்துக்கு நிஷ்டையில் அமர்கிறார் என நினைத்து கூட்டம் கலைந்து சென்றது.

நீலுவும், சிவனுமாய் நேரெதிர் நிற்க இடையில் வந்தான் ஷமத், கூடவே ஷா!

நிமிர்ந்தார்! பார்த்த கண்கள் பார்த்தபடி! ஷமத் அலங்கார சிவனாய் அவருக்குத் தோன்றினான். அவன் கையில் மரகத நடராஜர்.

"சாமா!" என்றார், ஷா முன் வந்தான்.

"ஆம்! சாமாவே தான். எங்களுக்கு ஷமத். நான் தோல்வியை ஒப்புக் கொள்கிறேன் ஐயரே. பிறப்பால் வரும் குணத்தை என்னால் மாற்ற முடிய வில்லை. ஷமத்ஷா என்றழைத்தேன். சாமா நீலகண்டன் என்றே நிற்கிறான். தீவிரவாதி என்று முத்திரை குத்தினேன். நான் மிதவாதி என்கிறான். கோவிலில் குண்டு வை என்று காண்பித்தேன். கோவிலை மெழுகி ஆராதனை செய்கிறான்."

கண்ணில் நீர் துளிர்க்கப் பார்த்துக் கொண்டிருந்தார் நீலு. தொடர்ந்தான் ஷா!

"ஒப்புக்கொள்கிறேன் ஐயரே! ஒப்புக்கொள்கிறேன்! அன்று பிறந்த குழந்தையை உன் மனைவிக்குக் கூட தெரியாமல் என்னிடம் கொடுத்தாய், நான் செய்த சவாலில் நானே தோற்றுப் போய் விட்டேன், இதோ ஐயரே! இதோ உங்கள் சாமா! இனி நானும் இங்கு உங்களோடு இருக்கலாமா? சாமா எனக்கும் பிள்ளை தான். இனி பேதமில்லா இந்தியராய் இருப்போமே!"

இரு கைகளிலும் இருவரையும் வாரி அணைத்துக் கொண்ட நீலு, சொன்னார், "இறைவன் கருணை மிக்கவன்!"

சிவசக்தி

அந்த மின்சார ரயில் மெதுவாக ஊர்ந்து கொண்டிருந்தது. எங்கும் யாரையும் போய் பார்க்க வேண்டும் என்ற நியதி எனக்கில்லை. இருந்தாலும் அவ்வப்போது பயணித்துக் கொண்டே இருக்கிறேன். காலை விழித்த வேளையில் அரக்கோணம் விரைவு வண்டியைப் பிடிக்க முடியவில்லை. அதனால் என்ன? இன்னிக்கு அரக்கோணப் பயணம் இல்லை.

மெதுவாகக் கிளம்பி புறநகர் மார்க்க பேசஞ்சர் ட்ரெயினில் உட்கார்ந்தேன். எங்கேயோ போகிறது. எங்கும் தங்கப் போவதில்லை. டிரெயினோடு என் மனதுக்கு ஒரு ஊடல். அதனைச் சரிபண்ண மருந்து மாதிரி இப்படி கிளம்புவேன்.

டாக்டரின் அறிவுறுத்தல் இது,

"எனக்கு என்ன டாக்டர் மருந்து? ஒண்ணுமே சீட்டுல எழுதிக் கொடுக்கலையே!"

"முள்ளை முள்ளால் எடுக்கணும் மிஸ்டர். சிவா! எது உங்களுக்குப் பயத்தைத் தருதோ, அதையே அடிக்கடி பாருங்க, பார்க்க முடியலையா ஏறி உட்கார்ந்திருங்க!"

"பயத்த ஏறி மிதிடான்னு சொல்லுறீங்க டாக்டர்? எப்படி?" பக்கத்தில் இருந்த அப்பா கேட்டார்.

"பயம் மேல இல்ல பெரியவரே! இப்ப என்ன பயம் உங்க பையனுக்கு? டிரெயின் தானே?"

"டிரெயின் இல்ல டாக்டர், நான் என்ன சின்னக் குழந்தையா? வயசு முப்பதாச்சு! தண்டவாளம் தான், அதைப் பார்த்தாலே அந்த ஞாபகம் வந்து கை கால் எல்லாம் நடுங்க ஆரம்பிச்சுடுது. என்னத்தையோ என்கிட்ட இருந்து பிடுங்குற மாதிரி,"

சொல்லும் போதே நடுங்கிய என்னை அப்பா வருத்தமாகப் பார்த்தார் என்றால் டாக்டர் கிட்டே வந்து "காம்டவுன்! காம்டவுன்!" எனத் தட்டிக் கொடுத்தார்.

டிரெயின் மெதுவாக ஊர்ந்து கொண்டிருந்தது. கும்மிடிப்பூண்டி வரை செல்லும் மின் தொடர் வண்டி. சத்தமில்லாமல் செல்வதால் மனிதர்களின் சத்தம் ஜாஸ்தியாக இருந்தது. காதை மூடிக் கொள்ளப் போனேன்.

"காதை மூடிக் கொள்ளாதீர்கள்! முடிந்த வரை மக்களை, மக்கள் பேச்சை உள்வாங்குங்கள். எங்கும் இறங்கித் தங்க வேண்டும் என்ற அவசியமில்லை. சும்மா இப்படி போயிட்டு, அப்படி வாங்க!" டாக்டர் சொன்னது காதில் ஒலித்தது.

"கொஞ்சம் உள்ள ஜன்னலோரம் நகர்ந்துக்கோங்க தம்பி! தலை பாரம் கனக்குது! இறக்கி இப்படி ஓரமா வைச்சுக்கறேன்!" கொய்யாப் பழங்களை வைத்துக் கொண்டு நிற்கும் கிழவி சொல்ல, நான் நகராமலே இருந்தேன்.

"என்னப்பா! சொல்லிக்கிட்டே இருக்கேன். சுமையையாவது எந்திருச்சுப் புடி! இறக்கிக் கீழே வைக்க!"

கீழ் வரை புரண்ட வேஷ்டியை நீவிக் கொண்டு அவளைப் பார்த்த படி இருந்த என்னை, எரிச்சலோடு ஒரு பார்வை பார்த்து விட்டு அடுத்த சீட்டுக்கு நகர்ந்தாள் கிழவி.

ஜன்னலோரம் சென்றால் பக்கத்தில் செல்லும் தண்டவாளம் கண்ணில் படும். கண்ணில் பட்டால் கருத்தும் குழம்பும், என் பயம் எனக்கு. கிழவிக்கு எப்படித் தெரியும்?

டிரெயின் ஒவ்வொரு ஸ்டேஷனாக நிற்பதும், போவதுமாக இருந்தது, ஏறுபவர் இறங்குவதும், இறங்குபவர் ஏறுவதும் எல்லாம் சுழலே! ஆனாலும் விற்பனை மாத்திரம் ஒரே கொய்யா, மாதுளை, சமோசா என மாற்றி மாற்றி வந்து கொண்டே இருந்தது, சிலர் வாங்கினர், பலர் தூங்கினர்.

விதவிதமான முகங்களைக் காண்பிக்கிறது ஒரு பயணம். கொய்யாவைக் கிழவி கடை பரப்பினாள் என்றால் தன் வீட்டுச் சண்டையைக் கடை பரப்பினார் ஒருவர். இத்தனை வேலை பார்த்தும் சரியான சம்பளமில்லை என்று யாரிடமோ உரக்கப் பேசிக் கொண்டிருந்தார் இன்னொருவர்.

மருமகளைப் பற்றி நேரில் பேசத் துணிவில்லாமல் பக்கத்து இருக்கையில் பயணிப்பவளிடம் குறை சொல்லிக் கொண்டிருந்தாள் ஒருவள். இதோ அவள் ஸ்டேஷன் வந்ததும் இறங்கிப் போய் விடுவாள். பின் பக்கத்து இருக்கைப் பெண்ணைப் பார்க்கக் கூடப் போவதில்லை.

ஆனாலும், கேட்பதற்கு ஒரு காது. சொன்னால் குறையும் அவள் மனச்சுமை. சொன்னவள் சுமை இறங்கினாலும், கேட்டவள் சுமை ஏற்றிக் கொள்ள வில்லை. கேட்டவளுக்கு அது ஒரு நேரக் கழிவு.

ஏதோ ஒரு பெண்ணிடம் தன் ஆசையை காதோடு சொல்லிக் கொண்டிருந்தான் ஒரு வாலிபன்.

“சிவா! இத்தனை மனிதர்களோடு பயணிக்கிறீர்களே! ஒருமுறை பார்த்தவர் மறுமுறை வருவதில்லை. அதற்காக பயணிக்காது இருக்கிறீர்களா?” டாக்டர் போனமுறை செக்கப்பின் போது கேட்டார்.

"இல்லை! எனக்குப் பயணம் பிடிக்கிறது. மனிதர்களைப் படிக்கப் பிடிக்கிறது!"

"குட்! நல்ல அறிகுறி!"

அப்பா சிரித்தார். "இந்த முறை நான் மட்டும் சென்று வருகிறேன் அப்பா! நீங்கள் அடுத்த பெட்டியில் வாருங்கள்! என் இடத்தில் நான் துணையில்லா பயணியாய் பயணிக்க ஆசை, என்னால் தனியே பயணிக்க முடியுமா டாக்டர்?"

"ஒய் நாட்!"

அவர் சொன்ன படி அப்பா அருகில் இருக்கும் பெட்டியில் இருந்தார். நான் மட்டும் இங்கே மனுஷ மனங்களைப் படித்துக் கொண்டு.

திடீரென்று ஒரு ஸ்டேஷனில் வண்டி நின்றது. "கும்மிடிப்பூண்டி வந்தாச்சா?" அருகில் இருந்த பையனிடம் கேட்டேன்.

"இல்ல சார்! ஏதோ கலவரமாம். டிரெயின நிறுத்திட்டாங்க! இங்கேயே இறங்கி ஊருக்குள்ள போய் பஸ் பிடிச்சுக்க வேண்டியது தான்!"

எல்லோரும் இறங்க நான் அமர்ந்திருந்தேன். வெள்ளை வேட்டி, வெள்ளை சட்டை மாப்பிள்ளையாட்டம் அமர்ந்திருந்த என்னை, கடந்து சென்ற என் வயதுக்காரன், போற போக்கில் "என்ன மாப்பிள்ள! இறங்கலையா?" என்றான்.

"மாப்பிள்ள! இது, இப்படி, இப்படித்தான் சக்தியும் கூப்பிடுவான். அன்னிக்கும் அப்படித் தானே, கடக்கும் போது மாப்பி,ள்,ள,என்ற அவன் குரல், ஹய்யோ! மறக்க வேண்டியதை ஞாபகப் படுத்துதே இந்த மாப்பிள்ள, என்னும் அழைப்பு!" துடித்தேன்,

அப்பா வந்தார். என் நிலையறிந்து

"போவோமா சிவா?"

தூக்கிக் கொண்டார். ஆம்! இடுப்புக்குக் கீழ் எனக்கு எதுவுமே இல்லை.

"எந்த ஊர்ப்பா இது?"

அப்பா சொல்ல வில்லை. எதுவானாலும் வரட்டும் என நினைத்தார் போல! மௌனமாய் என்னைத் தூக்கிக் கொண்டு இறங்கினார்.

திகைத்தேன், "இது! இந்த இடம், அய்யோ! அப்பா! இங்கு தான் என் சக்தி, சக்திவேல், எதிர்ச்சாரியில் இருந்து ஓடி வந்து!"

"மாப்பிள்ள!"

சிவாவும் ஓடிவர தண்டவாள நடுவில் மாட்டிக் கொண்ட கால்கள் தடை போட, சக்தி பதைத்தான், மாப்பிள்ள!

மாட்டிக்கிச்சேடா! பதட்டப் படாத! நான் எடுக்கறேன் என குனிந்தவனை எங்கிருந்தோ வந்த டிரெயின் கண்ணிமைக்கும் நேரத்தில் ஒருவனின் கால் , ஒருவனின் தலை என காவு வாங்க,. அதன் பிறகான தேற்றுதல்கள் வரலாறு.

அந்த மனக் குழப்பத்தை சிவாவின் டாக்டர் கொஞ்சம் கொஞ்சமாக சரிப் படுத்திக் கொண்டிருந்தார். நிறைய தடவை தண்டவாள தரிசனம் கொடுத்தார். ஆவேசம் அடங்கி அமைதி வந்தாலும், அவ்வப்போது இப்படி மனம் அடங்க மறுக்கிறது.

இதே மீஞ்சூர் ஸ்டேஷனில் தான், இதே இடத்தில் தான் அவன் என்னைப் பார்த்து ஓடிவந்தான். எந்த ஊரைத் தவிர்த்தேனோ அந்த ஊரில் நான் இப்போது.

தண்டவாளத்தைக் கடந்து அப்பா என்னைத் தூக்கிச் சென்றார். நான் உடல் அதிர கண்ணை மூடிக் கொண்டேன். அந்தி சாயும் வேளை, பாரம் தாங்காமல் பக்கத்தில் நின்ற ஆட்டோவில் என்னை அமர வைத்துத் தானும் அமர்ந்தார். ஆட்டோ புறப்பட்டது.

"நான் எங்கேன்னே சொல்லலியேப்பா!" அப்பா சொன்னார்.

"இந்த ஆட்டோ தேவதானக் கோயிலுக்குப் போகும் ஆட்டோங்க!

"சரி! போப்பா!" அப்பா ஆயாசமாய் சாய்ந்து கொண்டார்.

"சுமார் 1000 வருடங்களுக்கு முன்னர் சாளுக்கிய ராஜா கட்டுன கோவில்ங்க இது!" ஆட்டோக்காரர் சொல்லிக் கொண்டு வந்தார்.

"சக்தி! சக்தி!" என அரற்றினேன். ஆட்டோ விரைந்தது.

கோவிலில் எவருமே இல்லை. நிசப்தம். தரிசனம் ஆனது

அப்பா என்னைத் தூணருகே அமர வைத்து வெளியில் ஆட்டோக்காரரிடம் சென்று பேசிக் கொண்டிருந்தார். திரும்பக் கொண்டு போய் விடக் கேட்பாராய் இருக்கும்.

"அப்பா! சற்று நேரம் நான் இங்கிருக்க விரும்புகிறேன்! தனியா!"

"இரு சிவா!" அகன்றார். கோவில் பட்டரும் வெளியே, சயனத் திருக்கோலத்தில் பெருமாள். எனக்கும், அவருக்கும் இரண்டடி தூரம், எட்ட முடியாது உட்கார்ந்திருந்தேன்.

அழகிய முகத்துடனும் நீண்ட கால்களுடனும் தலைமாட்டில் மரக்காலுடனும் மிகப்பெரிய பெருமாளாக சயனத் திருக்கோலத்தில் காட்சி அளித்தார். அவரைக் காண இரு கண்கள் போதாது. பதினெட்டு அடி நீளமும், மூன்றடி அகலமுமாய் பெருமாள் என்னைப் பார்த்து புன்னகைத்தார்.

"சிவா! சக்தியாய் நான் இங்கிருக்கேனே! பார்க்கலையா?"

" பெருமாளே! நீயா பேசற?"

"ஆம் அப்பா! ஒரு சக்தி விடைபெற ஓராயிரம் சக்தியாய் நானிருக்கிறேன் உனக்கு! உன்னுள் நானிருக்க உனக்கேன் பயம்? "

"எனக்கு, எனக்கு, கால் போச்சு! சக்திக்கு தலையே போச்சு!"

"அவன் கர்மா முடிஞ்சு போச்சு சிவா! "

"நான் சக்தியில்லாதவனா போனேன் பெருமாளே!"

"இல்ல சிவா! நானும் படுத்தே தான் கிடக்கேன், எனக்கு சக்தியில்லன்னு சொல்வியா?"

"ஐயோ! இல்ல! இல்ல!"

"இயங்காதது எதுவும் சக்தியில்லாம இல்ல. வாழ்க்கையைப் படி. வாழ்க்கையை எழுது, வாழ்க்கையை வாழு! சிவசக்தியாய்!" பெருமாள் சிரித்தார்.

தெளிந்தவன் நகர்ந்தேன், எழுத்தாளர் சிவசக்தியானேன்!

சௌக்கியமா கண்ணே சௌக்கியமா

நலம் உங்கள் கிராமங்களில் இருந்து பிறக்கிறது. அசல் மாட்டுப் பால் அருகில் உள்ள கிராமங்களில் இருந்து தொகுதி வாரியாகப் பிரிக்கப்பட்டு, தூய்மையான கேன்களில் அடைத்துப் பின் உயர்தரத் தரக் கட்டுப்பாட்டுக்கு உட்படுத்தப் பட்டு இதோ உங்கள் ஆரோக்கியத்துக்கு நாங்கள் உத்திரவாதம்! அருந்துங்கள் சௌக்கியம் பால்! லவுட்ஸ்பீக்கர் அலறிக் கொண்டிருந்தது.

"ஏன்யா, இப்படி ஒலிப்பெருக்கி மூலம் கத்திக் கொண்டு இருப்பதை விட மத்தவங்க மாதிரி நல்ல தீமா யோசிச்சு இதை டிவியில் ஒளிபரப்பினா இன்னும் ரீச் ஆகுமுல்ல. !" முதலாளி தன் பையனிடம் கூற,

"அப்பா! நம்ம முதல்ல பால் பாக்கெட்டைக் காட்டி, நம்ம வண்டியைக் காட்டி, வண்டி மூலமா கிராமத்துக்கு வந்து கிராமத்துப் பால் பண்ணையைக் காட்டி, "

"ஆமா அண்ணா! ஒவ்வொரு மாடா காட்டி மாடு கிட்ட இண்டர்வியூ வைங்க! உனக்கு புல் கிடைக்குதா? நல்லா திங்குறியான்னு! இது நவீன யுகம் அண்ணா! மாத்தி யோசிச்சு டக்குன்னு மக்களை கவரணும்! இருங்க, வரேன்,"

சொன்ன தங்கை ஸ்வப்னா, பரபரவென்று தன் டி-ஷர்ட்டில் எதையோ வரைந்தாள். வண்ண தீட்டினாள். அணிந்து கொண்டாள். தலையை விரித்து விட்டவள் படு ப்ரெஷ்ஷாக

இருந்தாள். அம்மா நுரைக்க நுரைக்கக் கொடுத்த பால் டம்ளரைக் கையில் எடுத்துக் கொண்டவள்,

"இதோ பாருண்ணா! நலம் நம்மில் இருந்து! அவ்வளவு தான் வார்த்தை, மற்றது விஷுவல்!

இளமையாய் நான்! எதனால் இளமை? நம் சௌக்கியம் பால் அருந்துவதால்! அது இங்கே என் கையில்! எதிலிருந்து ? அது என் டி- ஷர்டில்! பசுவின் படங்கள் வரைந்திருக்கிறேன். அது மேயும் நிலம் பச்சையாய்! மேற்புற செம்மண் நிறம் நம் கிராமத்து நிலம். அதன் மேல் உள்ள நீலம் ஆகாயம்! இதை விட கேட்ச்சியாய் நீ சொல்லு பார்க்கலாம்!"

"வாவ்! வொண்டர்புல்! இருடி! அப்படியே ஒரு க்ளிக்!" சௌக்கிய சபை பரம சௌக்கியமானது.

சூட்கேஸ்

“ஏ...ழ...ரை!” மாடிப்படியைப் பார்த்து முணுமுணுத்தான் வாசு.

"இல்ல அண்ணே! மணி ஆறு பத்து தான்!" வாசுவின் தங்கை வசுமதி பின்னிருந்து சொல்ல

"எனக்கு என்னிக்குமே ஏழரை தாம்மா!" அவன் சொல்லி முடிக்கவும், அவன் மனைவி தேவி கையில் பெட்டியோடு கீழிறங்கவும் சரியாய் இருந்தது.

"நான் எங்கம்மா வீட்டுக்குப் போறேன்!" ஆங்காரத்தோடு கத்தினாள் தேவி.

வருஷம் ஆறாச்சு கல்யாணம் ஆகி. இன்னும் யாருடனும் ஒத்துப் போக வில்லை தேவி. எதற்கெடுத்தாலும் குற்றம் கண்டுபிடித்துக் கொண்டு குதர்க்க தேவியாய் இருந்தாள். அவ்வப்போது இப்படி பெட்டி தூக்கும் படலம் நடந்தேறும்.

இப்போது என்னவாம் என்பது போல அவளையே பார்த்தான் வாசு. பின்னோடு வந்து நின்றாள் வாசுவின் அம்மா சௌந்தரம்.

"எப்ப வரே?" இது வாசு. இப்பலாம் ஏன் போற ? என்னாச்சு? என்றெல்லாம் கேட்பதில்லை. பேச்சும் சுருங்கி விட்டது. ஒரு தடவை நடந்தால் அது சம்பவம், பல தடவை ஆச்சுன்னா அது சாக்கடை. அதைப் போய் கிளறி தன் மேல் சேற்றை அடித்துக் கொள்ள விரும்ப வில்லை அவன்.

என்ன பிரச்சனைன்னு கேட்கறாரா பாரு , மனதில் பொருமிய தேவி,

"இனி வர மாட்டேன்! " எனக் கத்தினாள்.

மௌனமானான் வாசு. ஒரு கை ஓசையில் ஒன்றும் நடக்கப் போவதில்லை. ஒன்றும் எதிர்வினை இல்லையென்றால் தன்னால் அடங்கி விடும். இரு கை ஓசை என்றால் தான் விபரீதம். அக்கம் பக்கம் எல்லாம் என்ன என்று ஜன்னல் திறக்கும். இத்தனை வருட வாழ்க்கையில் தேவி மாற வில்லை. ஆனால் வாசு மாறி இருந்தான். மனைவி கோபித்துக் கொண்டு வெளியில் செல்லும் போது ஒன்றும் பேசக் கூடாது என்று புரிந்து வைத்திருந்தான்.

"சொல்லேண்டா வாசு! எப்பப் பாரு பொட்டியத் தூக்கறது நல்லாவா இருக்கு? வீட்டுக்கு வந்த மருமக இப்படி இருந்தா வீடு எப்படி விளங்கும்?" சௌந்தரம் தன் வேலையை ஆரம்பித்தாள்.

ஒரு பக்கம் அம்மா, ஒரு பக்கம் தேவி, அவனால் இந்த பொருமல்களை காது கொண்டு கேட்க முடியவில்லை.

இப்பவும் ஒரு நிமிடம் ஆகாது என்ன நடந்ததெனக் கேட்க, அம்மாவும், மனைவியும் ஒருத்தரை ஒருத்தர் குற்றம் சொல்வாங்க. இதுக்கெதுக்கு கல்யாணம்? ம்ஹூம்! இந்த முறை இதற்கு முடிவு கட்டணும், நினைத்தவன் விறுவிறு என்று மாடிக்குப் போனான்.

மனைவி, அம்மா, தங்கை பார்த்துக் கொண்டிருக்கும் போதே, கையில் பெட்டியுடன் வந்தவன்

"நான் வீட்டை விட்டு வெளியே போறேன்! " என கத்தினான்

அனைவரும் விக்கித்து நிற்க

" நான் திரும்பி வர மாட்டேன்!" எனவும்,

அம்மா ஒருபக்கம், மனைவி ஒருபக்கம் என ஓடிவந்து கையைப் பிடித்துக் கொள்ள,

தங்கை பார்வை, "நீயுமா?" எனக் கேட்டது.

"பெட்டி தூக்க இவளுக்கு மட்டும் தான் தெரியுமா? எனக்கும் தெரியும்" என அடிக்குரலில் சொன்னவன் தங்கையைப் பார்த்து "அப்பா ரூம்ல இருந்து வந்ததும் சொல்லிடும்மா!" என்றான்.

"அதுக்கு அவசியமே இல்ல வாசு, இதோ நானே வந்திட்டேன்," கையில் பெட்டியோடு வந்தார் அருணாச்சலம். வாசுவின் அப்பா.

"அப்பா நீங்களுமா?"

"எனக்கோ அந்தக் காலத்தில இருந்து கட்டினவ வாயை அடக்க முடியல , உனக்கோ கட்டினவ காலை அடக்க முடியல, வா! வா! கூறாமல் சந்நியாசம் கொள் கணக்கா, கிளம்பலாம் வாசு! "

"ஹய்யோ! மாமா! யாரும் எங்கயும் போக வேண்டாம், தோ! இது வெறும் பொட்டி தான்,சும்மா,என்னைய யாரும் கண்டுக்கலைன்னு கோவத்துல, " தேவி தொப்பென்று சூட்கேஸை கீழே போட்டாள்.

"இந்தாங்க பிளாஸ்திரி,என் வாயில ஒட்டுங்க, இல்ல வேணாம் வேணாம்,இந்த கொரோனா மாஸ்கையே இறுக்கக் கட்டிக்கறேன், இனி பேசமாட்டேன், பெட்டியக் கொடுங்க,"

சௌந்தரம் அருணாசலத்தின் பெட்டியைப் பறித்துக் கீழே வைத்தாள்.

அப்படியே வாசுவோடதையும்.

திரும்பிய அருணாச்சலம் வாசுவிடம் சொன்னார். .

"அன்னிக்கே நாம பொட்டியைத் தூக்கி இருக்கலாம்டா! ஆட்டம் அடங்கி இருக்கும்!"

அன்றிரவு டைனிங் டேபிளில் எல்லோரும் அமர்ந்து சாப்பிட்டுக் கொண்டிருக்க சௌந்தாம் வாய்க்குள்ளயே முணுமுணுத்தார்.

"என்னம்மா! சௌந்தரம்மா! திரும்பவுமா? என்ன முணுமுணுப்பு?'

"ஒண்ணுமில்ல! நம்ம பொண்ணுக்குக் கல்யாணம் வருதே! அதுக்குச் சீர் சாமான்லாம் நாளைக்கு வாங்கிடுவோமா?"

"ஓ!" என்றனர் அனைவரும், இடையிட்டு வசுமதி கத்தினாள்,

"எனக்கும் ஒரு சூட்கேஸ் பார்சேல்!"

தாலிப்பொன்

"ஏ! குடிகாரப் பயலே! குடிக்கக் காசில்லன்னு தாலிய அறுக்கிறியா? உன்னை" அஞ்சுகம் ஆவேசமாக கொத்தனார் நல்லசிவத்தைப் பார்த்துச் சத்தம் போட்டாள்.

அவள் போட்ட கூக்குரலில் கட்டட வேலை செய்பவர்கள் தங்கள் வேலையை விட்டு விட்டு அப்படியே நிற்க, வரைபடத்தைப் பார்த்துக் கொண்டிருந்த இன்ஜினியர் பையன் பட்டென்று மடித்த வரைபடத்துடன் ஓடி வந்தான்.

"என்ன, என்ன ஆச்சு அம்மா? ஏன் சத்தம் போடறீங்க? நல்லசிவம்! நீங்க நிலையில் இல்லையா? ஏன் அவங்களோட வம்பு செய்யறீங்க, சைட்ட விட்டு வெளியே போங்க!" சத்தம் போட்டான் அவன்.

"அஞ்சுகம்! பதில் சொல்லு அஞ்சுகம்!" நல்லசிவம் ஒருமாதிரி சிரித்தான்.

"சீ! " வெறுப்பை உமிழ்ந்தாள் அஞ்சுகம்.

"தோ! பார் அஞ்சுகம்! இந்த கல்லோடும், மண்ணோடும் வேலை பார்த்து நானும் அப்படியே தான் ஆகிக் கிடந்தேன், அல்லாம் உன்னப் பார்க்கற வரைக்கும் தேன், இப்போ கல்லிலும், மண்ணிலும் காதல் பூ பூத்துக் கிடக்கு, யாரு மேல? உம் மேல! "

"என்ன சொல்றீங்க நல்லசிவம்? கல்யாணம் ஆன அவங்களப் போயி, இது நியாயமா? அவங்க தாலிய வேற, ம்ம்ம்! இது சரியில்லை! ரவுடித் தனம் பண்ண இது இடமில்லை இருங்க!

போலீசைக் கூப்புடறேன்!" இன்ஜினியர் அஞ்சுகத்தை விலக்கி விட்டு நல்லசிவம் முன் வந்து பேச,

"நீங்க சும்மா இருங்க சாரே! இது எனக்கும், இதோ இதுக்கும் உள்ள விவகாரம்! இன்னிக்கு நேத்தில்ல இந்த விவகாரம், மூணு வர்சமா நடக்குது, இந்தா இந்தாங்கறேன், அந்தா அந்தாங்குது, போன மாசம் என்னன்னா, கழுத்துல தாலியக் காமிச்சு எனக்கு கண்ணாலம் முடிஞ்சு போச்சுங்குது, கேட்கறவன் கேணையனா இருந்தா கேப்பையில நெய் வடியுதுன்னு உரைப்பா!"

"ஏன்ம்மா! சீக்கிரம் பதில் சொல்லி உங்க பஞ்சாயத்தை முடிங்க, வேலையெல்லாம் விட்டுபுட்டு எல்லோரும் உங்கள வேடிக்கை பார்க்கறாங்க பாருங்க!" சொன்ன இன்ஜினியரைப் பார்த்துக் கையைக் கும்பிட்ட நல்லசிவம்,

"சொல்லு அஞ்சுகம், எங்கியோ போய் சோசியம் பார்த்தியே அந்தக் கதையை, உங்கம்மா கிட்ட கேட்டுட்டுத் தான் வரேன், கண்ணாலம். கட்டினா கணவன். போயிடுவான்னு சொன்னதை நம்பி காதல் சொன்ன என்னைத் தவிர்க்கப் பொய்யாய் நீயே உனக்குக் கட்டிக் கொண்ட பொய்த்தாலி இதுன்னு சொல்லு அஞ்சுகம்!" அஞ்சுகம் தலை கவிழ்ந்தாள்.

"நான் செய்யற வேலை தான் தெய்வம். நான் வேலை செய்யற இடம் தான் கோவில். நிக்கற நீங்க எல்லோரும் என் சொந்த பந்தம்" என்றபடி எடுத்த தாலியைத் தன் கையால் கட்டி அஞ்சுகத்தை பொஞ்சாதி ஆக்கினான் நல்லசிவம்.

திருப்பம்

“இங்க தான் வைச்சேன்! வண்டிச் சாவியை! பார்த்தியோ நீ!” ஹால் சோபாவில் அமர்ந்து கேட்ட என் கணவரை நிமிர்ந்து பார்த்த நான்,

"சாவியை வந்தவுடனே சாவி மாட்டற இடத்துல மாட்டி வைச்சிருக்கலாமே" முணுமுணுப்போடு தேடத் தொடங்கினேன். கேட்டவுடன் கிடைக்க அதிலென்ன அலாரமா செட் பண்ணி இருக்கு? சில பல தண்டால் பஸ்கிக்கப்புறம் பையனின் புத்தக மேசையில் கிடைத்தது.

"ஏம்மா! என் கர்ச்சீப்? "

"ம்ம்ம்! அடுத்த தேடும் படலம்!"

"ஏம்மா! ஒரு சாக்ஸ் தான் இருக்கு! இன்னொன்னு?"

“இன்னொன்னு தாங்க இது!" சொல்லத் தான் நினைச்சேன்,

சாக்ஸ் பையைக் குப்புறக் கவிழ்த்து, ஜோடியில்லாம தனியா தவிச்சு நின்னதை சேர்த்துவிட்டுட்டு நிமிர்ந்தா, “ட்ர்ர்ர்ரிங்!" போன் அவருக்கு தான்!

"மிஸ்டர் ரகுபதி! இங்கே இருக்கற இமாலய பைல்களில் ரவி & கோ பைலைக் கண்டு பிடிக்க முடியல. கொஞ்சம் சீக்கிரம் வர முடியுமா?” கேட்ட நான் இப்போது பலமாக சிரித்தேன்

"இட்ஸ் யுவர் டர்ன்!”

தொட்டுச் செல்லுமோ தோட்டா

விசாலம் நகர் எக்ஸ்டென்ஷன். நாய்கள் குரைத்துக் கொண்டிருக்க சத்தமில்லாமல் போலீஸ்வண்டி அந்த வீட்டு வாசல் முன் நின்றது.

"இந்த வீடு தானா கோபால்?"

"யெஸ் சார்! இதே தான், துக்கிரி சாரி சாரி பக்கிரியின் வீடு. உள்ளாற போய் இட்டாந்துடறேன் சார்!"

"யார இட்டாறப் போற? பக்கிரியையா? அவன் யாருக்கு வேணும்?"

"அவன் இல்ல சார், அவர்!"

"ஏன்ப்பா! எதுக்கு இந்த பக்கிரி வீட்டுக்கு வந்திருக்கோம்னு ஞாபகமிருக்கா? சும்மா என்னத்தையோ லந்தா பேசித் திரியற? இறங்குப்பா!" இன்ஸ்பெக்டர் முறைத்தார்.

இறங்கிய கோபால் இழுத்துத் தைத்தாற்போல் பனியன் அணிந்து இருந்தான். காக்கி பேண்டில் இருந்தான். டேஷ்போர்டில் வைத்த ரிவால்வரை எடுத்து தன் ஜேபியில் செருகிக் கொண்டான்.

"என்னதுக்குப்பா ரிவால்வ்ர்? பேசிட்டு,"

"பேச்சுவார்த்தைக்கு இன்னொரு தபா டீமைக் கூட்டிக்கிட்டு வரலாம் சார்! இப்போ இஷ்டைலுக்கு! வரட்டா!"

"பக்கிரி மாட்டுவாங்கற!?"

"பின்ன, என் ஸ்டைலென்ன? அழகென்ன? வெயிட் அண்ட் ஸீ சார்!" சொல்லி விட்டு உள்ளே சென்றான் கோபால்.

உள்ளே பக்கிரி , அவர் மனைவி , மகன், மகள் சகிதமாய் நிற்க, பக்கிரியின் அப்பா பேப்பர் படித்துக் கொண்டிருந்தார்.

"முகமூடிக் கொள்ளையர்கள் இப்பொழுதெல்லாம் முகமூடி இல்லாது டிப்டாப்பாக வீட்டில் நுழைகிறார்கள்" உரக்கப் படித்த அவர்,

"ஏண்டா பக்கிரி! நம்ம வீட்டிலயுமா வருவாங்க?" அவர் சொல்லி முடித்த வேளையில் கோபால் உள்ளே நுழைந்தது, விதியோ?

"தாத்தா! பேப்பர்ல இருக்கற சத்தமா படிச்சுட்டு வினையை வெத்தல பாக்கு போட்டுக் கூப்புட்டுட்டியே! தோ! பார்! கொள்ளைக்காரன்!"

"ஹா! பக்கிரிக்கே பிளேடா?" பேப்பரைப் போட்டுவிட்டு ஒரே தாவு தாவி கோபாலின் ரிவால்வரை கைப்பற்றி அவனையே குறிபார்த்தார் தாத்தா!

தாவி அவர்கள் பக்கம் சென்று பக்கிரியின் பெண்ணைப் பிடித்துக் கொண்டான் கோபால்.

"தெரியாம எங்க யாரையானும் சுட்டுடாதே! உன் கை வேற ஆடுது, ஸ்டெடி தாத்தா! ஸ்டெடி," பேரன் கத்தினான்.

பக்கிரி ஆடிப் போனார். தன் பெண்ணைப் பிடித்திருந்த கோபாலைக் காட்டிலும் , கன்னைப் பிடித்திருந்த அவர் அப்பாவை நினைத்துப் பயம் கொண்டார். யாரையாவது

சுட்டுப் போட்டுட்டு வயசான காலத்துல ஜெயில் வாசமோ, தூக்குக் கயிறோ, அட! ராமா! பேப்பர்ல படிச்சத உடனே இம்ப்ளிமண்ட் பண்றாரே! ஒன்றும் ஓடாமல் அவரையே பார்த்திருக்க,

தாத்தாவுக்கும், துப்பாக்கிக்குமான கெமிஸ்டிரி போல, கோபாலுக்கும், பக்கிரி பெண்ணுக்கும்,

"டுமீல்!" சத்தம் கேட்டது. அவ்வளவு தான் ஆட்டம் க்ளோஸ்! போனது கோபாலா? போகப் போறது தாத்தாவா? அனைவரும் ஒரு நிமிடம் பயத்தில் கண்ணை மூடித் திறக்க, இத்தனையையும் ஜீப் ஓரத்தில் இருந்து பார்த்துக் கொண்டிருந்த இன்ஸ்பெக்டர் தன் துப்பாக்கியை வானத்தை நோக்கி சுட்டிருந்தார், தாத்தா வெலவெலத்துத் திரும்ப, பக்கிரி,. கோபாலைப் பிடிக்க,

"நல்லாருக்கு உங்க வரவேற்பு! உங்க பெண்ணைப் பார்க்க ஒரு மாப்பிள்ளை வந்தா இப்படித் தான் வரவேற்பிங்களா? ஹெட்கான்ஸ்டபிள் கோபால்! இப்பவும் ஹெட்மாஸ்டர் பக்கிரிச்சாமியின் பொண்ணே தான் வேணுமா?"

பேத்தியின் கன்னச் சிவப்பைப் பார்த்த தாத்தா, ரிவால்வரை கோபால் கையில் கொடுத்து விட்டு கட்டிக் கொண்டு சொன்னார்,

"வாங்க மாப்பிள்ள!"

வாழைக்கும் வரும் வசந்தம்

கலகலவென்றிருந்த கல்யாண வீடு. அப்போது தான் கமலிக்கு நிச்சயதார்த்தம் முடிந்திருந்தது. முப்பது ஆகியும் ஆகாததால் எங்கே முதிர்கன்னியாய் நின்று விடுவாளோ என நினைத்த பெற்றவருக்கு பாலாய்க் குளிர்ந்த வரன் இது. பக்கத்தூரு தான். பையனுக்கும் ஏதோ தோஷம் போல, இது நாள்வரை கல்யாணம் ஆகாமல் இருக்க, உன் தோஷத்துக்கு என் தோஷம், சந்தோஷம்ன்னு நிச்சயம் பண்ணியாச்சு.

கமலி! உள்கட்டில் தலைகுனிந்து உட்கார்ந்திருந்தவளைக் கூப்பிட்டான் அண்ணன் காசி.

"என்ன அண்ணே! "

"இந்தாம்மா! நம்ம தோட்டத்துப் பழம். ரஸ்தாளி. முதல் முதல் பறிச்சத நீ தானே எடுத்துக்கறது வழக்கம். உனக்கு கல்யாணம் ஆகிடும் நாளைக்கு. அதுக்குள்ள இந்த பழம் பழுக்கணுமேன்னு நினைச்சேன். பத்து தார் வெட்டினேன். எல்லாம் பழுத்துருச்சும்மா! நாளைக்கு பந்திக்கு அது தான். "

கமலிக்கு அழுகை வந்தது.

காசிக்குப் படிப்பு ஏற வில்லை. ஆனால் உடல் உழைப்புக்கு அஞ்சாதவன். அப்பா வழிச் சொத்து ஒன்று நிலுவையில் இருந்தது விற்கப் பட அதில் ஐஞ்சு ஏக்கர் வாழைத் தோப்பை வாங்கினார். வாங்கினது தான் அவர். மற்றபடி தண்ணீர் பாய்ச்சி, உரமிட்டு, புது புது முறைகளைக் கையாண்டு அதிக லாபம் பார்த்தது காசி தான். காசித் தோப்புக் காய்ன்னா,

கண்ணை மூடிகிட்டு சொன்ன விலைக்கு வாங்கிப் போவார்கள்.

அதன் முதல் வாழைப் பழத்தைத் தான் அண்ணன் அவளுக்குக் கொண்டு வந்திருந்தான். விடிந்தால் கல்யாணம். மண்டபத்தில் நடுக் கூடத்தில் சீட்டாட்டம் சூடு பிடித்து இருந்தது. சுத்தியும் பக்கவாத்தியமாய் ஜால்ரா மனிதர்கள்.

"ஏப்பி! இத்தனை காலமா கல்யாணம் முடிக்காம இருந்து போயும் போயும் உனக்கு வாழைத் தோப்பு கார வீடு தான் கிடைச்சுதா?" விஷமக் கொடுக்கு ஒன்று தன் விஷத்தைக் கக்கத் துவங்கியது.

காசியும் அங்கு தான் உட்கார்ந்திருந்தான். கமலிக்கு இருந்திருந்து இப்போ தான் எல்லாம் கூடி வந்திருக்கு என அமைதியாய் இருந்தான்.

"நீ சொல்றது சரிதாம்புல! முப்பது ஆகியும் மூலையில கிடந்தவளைத் தூக்கி மனையில வைக்கிறாரு இந்த மன்னவரு. என்ன தோஷமோ? ஆள அடிக்காம இருந்தா சரி!" இன்னொரு பெரிசு தீமூட்ட மாப்பிள்ளையின் அம்மா எழுந்தாள்,

"ஏம்பா! காசி! பேசறதக் கேட்டேயில்ல! இத்தனைக்கும் மேல உந்தங்கச்சிய நாளைக்கு கட்டணுமா?"

"அம்மா!" அதிர்ந்தான் காசி.

"பின்ன, ஆள அடிக்கும்ன்னு சொல்றாரே! என்ன அழகுக்கு கல்யாணம் பண்றது?"

"அம்மா! என்ன வேணும் சொல்லுங்கம்மா? எப்படியாவது என் தங்கச்சி நல்லா இருக்கணும்"

"ம்ம்ம்! பேசாம உன் வாழைத் தோப்பை என் பிள்ளைக்குக் கொடுத்திடேன்! கொடுத்தா நாளைக்கு தாலி ஏறும்!" சீட்டு கலைந்தது. சித்திரமாய் கூடும் குலைந்தது.

ஆச்சு! வருஷம் ஆறாச்சு. தோப்பும் கைமாறியதில் காசிக்கு தான் எதுக்கும் கையாலாகதவனோ எனத் தோன்ற மனசு சுணக்கம் வந்து அவ்வப்போது போய் தோப்புப் பக்கமே போய் நிற்பான். உள்ளே போக மாட்டான். தார் இறக்கி வெளியே வண்டியில் வரும் போது அதைப் பார்த்துக் கொண்டே நிற்பான். அவன் கண்கள் மினுமினு என்று மின்னும்.

அப்போதும் அப்படித்தான் நின்று கொண்டிருந்தான். ஒரு தார் வாழையை அவன் காலடியில் போட்டு நின்ற அவள், கமலியின் நாத்தனார் பவளம் சத்தமாகக் கூறினாள்.

"என்ன காசி மாமா! என்னைய பொண்ணு கேட்டு வீட்டுக்கு வர்றது! தோப்பு திரும்ப உங்களுக்கு வேணாமா? தோப்பும், பவளமும் உங்களுக்காக காத்திருக்கறதா கமலி அண்ணி சொல்லச் சொன்னாக!"

வாழைக்கும் வரும் வசந்தம்!

வெற்றிடம் இவ்விடம் ; காற்றே நீ எவ்விடம்?

‘தொப்!’

பல நாட்களாக வாடிக் கிடந்த தென்னை இலை ஆகாசத்துக்கும் பூமிக்கும் முட்டுக் கொடுத்த

விஸ்வரூபமாய் வளர்ந்து கிடந்த மரத்திலிருந்து விழுந்தது.

விழுந்த வேகத்தில் கீழே கிடந்த குப்பை இலைகள் அங்கொன்றும் இங்கொன்றுமாய் சிதறி ஓடின.

அந்த பழுத்த இலைக்குள் வாசம் செய்த பூச்சிகளும் கீழே விழுந்ததில் விடுதலை பெற்று ஒரே ஓட்டமாய் ஓடின.

தலை தப்பிச்சது தம்புரான் புண்ணியம் என அண்ணாந்து பார்த்து விலகிக் கொண்டார்

பரந்தாமன். வயது ஆயிரம் பிறை கண்டு விட்டது. தான் தன் நலம் என்று இருப்பவர்.

பெரிய குடும்பம். அவருக்கு கூடப் பிறந்த அக்கா இரண்டு பேர், அண்ணா ஒண்ணு, தம்பி மூணு. எல்லோருக்கும் குடும்பம் குழந்தை குட்டியென ஒரே வீட்டில் சமைத்து சாப்பிட்டு வாழ்ந்தனர் ஒரு காலத்தில்.

குடும்பம் என்று ஒன்று இருக்கும் பரந்தாமனுக்கு. ஆனால் அவருக்கு அவர் கூடப் பிறந்தவர்கள் மட்டுமே குடும்பம். தன் மனைவி, தன் மக்கள் என பார்க்க மாட்டார். அந்த வீட்டில் அவர்களும் இருக்கிறார்கள் என்பதான தொனியில் தன் கூடப் பிறந்தவர்களோடு பரம செளக்கியமாக வாழ்ந்தார்.

மனைவி சாப்பிட்டாளா இல்லையா, பிள்ளைகள் எந்த படிப்பு படிக்கிறார்கள்? எப்படி மனைவி அவர்களை பள்ளியில் சேர்த்தாள்? எத்தனை முறை அப்பள்ளிக்கு அலைந்தாள்? ம்ஹூம்! எதிலும் அவர் கவனம் செலுத்த வில்லை.

தட்டு நிறைய சாப்பாடு தவறாது நேரம் மட்டும். வேண்டியதை வேண்டு மட்டும் அழகாய் அவருக்கு அவர் மனைவி செய்தாள். ஆனாலும் மனசு விட்டு பேசுவது சகோதர சகோதரிகளிடம் தான்.

பரந்தாமா! என்னப்பா காத்து வாங்க கிளம்பிட்டியா என்றபடி வந்தார் பக்கத்துத் தெரு வடிவேலன்.

ஆமா வடிவேலு! ஊர்பட்ட சொத்து வாங்கி போட்டுட்டேன். இப்ப காத்தை வாங்கப் போறேன்.

ஏம்பா! உனக்கென்ன! தனி வீடு! போக வர காரு. கவனிச்சுக்க மக்க! அப்புறம் என்னத்துக்கு இந்த சலிப்பு.

சொல்வ வடிவேலு சொல்லுவ! இத்தனை இருக்கு. என் கூடப் பொறந்த பொறப்புக என் கூட இல்லையே. அப்படி பாலும் தண்ணியுமா கலந்து கிடந்தோம். எல்லாம் தனித்தனியா பிரிஞ்சு போச்சுக!

இப்படி உட்காரு பேசுவோம் என்றபடி வீதியோரம் இருந்த பெஞ்சை தட்டி உட்கார்ந்தார் பரந்தாமன்.

வடிவேலு இல்லாத தூசியை துண்டுதறி தட்டி விட்டு உட்கார்ந்தவாறே சாயங்காலமாச்சு! இன்னும் இந்த சூடு போகல பார்த்தியா.

ஆமா வடிவேலு. நீ சொல்றது சரி தான். முதுமை சூடு தாங்காது.

என்னய்யா! நான் சூரியனை சொன்னா நீ வேற ஏதோ சொல்ற. சரி சரி ஏதோ விஷயம் போல. சொல்லு. நாமெல்லாம் இப்படித் தான் மனசை ஆத்திக்கணும்.

பரந்தாமன் தன்னுணர்வில் மூழ்கி பேச ஆரம்பித்தார்

சகுந்தலா அதான் என் மனைவி, அவளை ஒரு நாள் கூட சக மனுஷியாய் நான் மதிச்சது கிடையாது வடிவேலு.

மாசம் பொறந்தா வீட்டுச் செலவுக்கு பணம். பிள்ளைகள் படிக்க பணம். அவ்ளோ தான் நான் கொடுப்பேன். மத்தபடி செலவை எப்படி சமாளிக்கறா? என்ன வாங்கறா? எங்க வாங்கறா?

அன்னன்னிக்கு சாப்பாடு கலத்துல விழுந்தாப் போதும். நிம்மதியா சாப்பிட்டு எழுந்து என் உடன்பிறப்போட ஐக்கியமாயிடுவேன்.

ம்ம்! அவங்க எல்லோரும் நான்னா உயிரை விடுவாங்க.

ஆமாமா தெரியுமே! உன் தம்பிங்க மூணு பேரும் உன் காலை சுத்தி சுத்தி வருவானுங்களே!

மோவாயை சொறிந்து கொண்டே , சரி தான் வடிவேலு. என்னை மட்டுமா சுத்தினாங்க. என் உழைப்பையும் சேர்த்துல்ல சுத்தினாங்க.

அக்கா பசங்களுக்கு, அண்ணன் பொண்ணுக்கு கொடுத்து உதவினது போக என் ஆபீஸ்ல எக்கச்சக்க கடன் வாங்கி என் தம்பிகளுக்கும் உதவி செய்தேன். நாளைப் பின்ன எனக்குன்னு பைசா வேணாமான்னு என் ஆபீஸ் மேனேஜர் கூட அப்போ கேட்டார். என் கூடப் பிறந்தவங்க என்னை விட்டுட மாட்டாங்கன்னு திமிரா சொன்னேன் அப்போ.

பாவமா இருக்கப்பா உன்னைப் பார்த்தா! காசு பணம் வசதிக்கு குறைச்சலில்லை இப்போ. ஆனாலும் வருத்தப் படுறியேப்பா என்றார் வடிவேலு.

அத்தனையும் கடன்பட்டு வந்து நின்னப்போ கடனை அடைக்க வி ஆர் எஸ் வாங்கி வந்த பணத்தை கொடுத்து கடனை அடைச்சேன்.

இவ்வளவு சொல்றியே பரந்தாமா! உன் மனைவி என்ன சொன்னாங்க அன்னிக்கு? பிள்ளைங்க கூட வளர்ந்தவங்க ஆச்சே.

அவள் என்னிக்கு சொன்னா அன்னிக்கு சொல்லறதுக்கு? மௌனமா நின்னா. பெரியவன் தான் வி ஆர் எஸ் அப்பா. சரி தான். வாங்க நான் இருக்கேன்னான். அப்ப முழிச்சவன் தான் நானு.

ஒண்ணுமே செய்யலை புள்ளைக்கு. ஒரு நாள் கூட ஆசையா உட்கார வைச்சு என்னடா கண்ணு எப்படி படிக்கிறன்னு கேட்டதில்லை. இந்த மாசத் தேர்வுல என்ன மார்க் வாங்கினேன்னு கேட்டதில்லை. ஷு வேணுமா, பேனா வேணுமா ஏன் என் கூட வந்து சாப்பிடுன்னு கூட கேட்டதில்லை. அவன் என்னைப் பார்த்துச் சொல்றான். வாப்பா நான் இருக்கேன்னு.

நான் உறவா நினைச்ச உடன் பிறப்புகள் இனி இவன் கிட்ட பெயராதுன்னு அவங்களும் எனக்கு வி ஆர் எஸ் கொடுத்திட்டாங்க!

நினைச்சா மனசுக்கு கஷ்டமா இருக்கு வடிவேலு.

பரந்தாமா! நீ செஞ்சதை நினைச்சு வருத்தப் படாதே! அத்தனையும் புண்ணியம் தான். திருப்பி செய்யணும்ன்னு எதிர்பார்க்காதே. நீ அவங்களை வளர்த்தே. குடும்பம் அமைச்சுக் கொடுத்த.

அவங்க உன்னை மாதிரி குடும்பத்தை பார்க்காம இருக்கலை. தன் குடும்பம் பெரிசு சொல்லப் போனா தன் குடும்பம் மட்டும் தான் பெரிசுன்னு இருக்காங்க.

நீ இப்ப நினைச்சுப் பார்த்ததே நல்லது. போதும் இத இத்தோட விட்டுடு. வந்தாங்கன்னா வாரி அணைச்சிக்க. வரலன்னாலும் வருத்தப் படாதே.

போய் முதல்ல உன் மனைவி கிட்ட மனசு விட்டு பேசி இனியாவது வாழ்க்கையை ஆரம்பி என்றார் வடிவேலு.

அன்றைய இரவுச் சாப்பாட்டில் அனைவரும் சாப்பிட்டுச் சென்றிருக்க தன் முன் ஒரு வாய் சாப்பாட்டுடன் நீண்ட பரந்தாமனின் கரத்தைப் பார்த்து கண்ணீர் மல்க சிரித்தாள் அவர் மனைவி!

விரலோடு விளையாடு

அனகாபுத்தூரின் செல்வந்தர் அவர். கொலை செய்யப்பட்டுக் கிடந்தார். கொலைக்கானத் தடயமே இல்லாத பொழுது அது கொலை என எப்படிச் சொல்வது? "மாஸிவ் ஹார்ட் அட்டாக்!" எனக் கூறி பைலை மூடியது போலீஸ்.

ஆனாலும் மிகத் திறமை வாய்ந்த போலீஸ் மேத்யூ சாமுவேலுக்கு அந்தச் சிறுவன் ஜிம் வந்து சொன்னது காதில் சுற்றிக் கொண்டே இருந்தது.

"மணி! நீங்க என்ன நினைக்கிறீங்க? அந்தச் சிறுவனைப் பற்றி?"

"அந்தச் சிறுவன் சொல்வது எதுவும் நம்பும் படி இல்லை!" நிறைய க்ரைம் நாவல் படிப்பான் போல சார்!"

"என்ன சொன்னான் கொஞ்சம் ரீவைண்ட் பண்ணுங்க மணி!"

“ஆறாம் விரலிருக்க யார் கொல்வார் ஆறுமுகத்தை? ஆறாம் விரலே அவர் தான் என்றால் அது கொலையா? தற்கொலையா?"

"ஆறாம் விரல்ன்னா எதுனா முக்கியமான நபரா சார்? முதல்ல இந்தச் சிறுவன் யார் இங்கே?" சிறுவன் சொன்னதைச் சொல்லிவிட்டுக் கேட்டார் மணி.

"அந்தப் பையன் அவர் தோட்டக் காரரர் மகன். எப்பவும் இப்படி உளவறிய ஆவலாய் இருப்பானாம்.

போலீஸாகணும்ன்னு இலட்சியமாம். பணக்காரப் பங்களான்னு அதும் மேல எப்பவும் இவனுக்குக் கண்ணு தான்."

"கண்ணுன்னா, அப்ப அந்தப் பயலுக்கும் இந்தக் கொலையில் பங்கிருக்கா சார்?"

"கண்ணுன்னா அந்தக் கண்ணு இல்ல மணி! இது துப்பறியும் கண். கண்கள் பலவிதம். குற்றம் புரியும், குனிந்து நடுங்கும்,கொலையும் செய்யும், துப்பும் துலக்கும். இந்தப் பையன் நாலாவது வகை!"

அன்றைய டிஸ்கஷன் முடிந்து வெளியில் வரும் போது வந்த ரிப்போர்ட்டில் ஆறுமுகத்தின் மரணம் இயற்கை அல்ல எனறிருந்தது.

"விடாது கருப்பு மாதிரி இது என்ன சார்! " அலுத்துக் கொண்டார் மணி.

"விடாது கருப்பா, இப்ப அதானே சொன்னீங்க மணி, இங்க பாருங்க! இந்தப் பேப்பரில் வந்திருக்கிற போட்டோவில் செல்வந்தர் ஆறுமுகம் நின்று கொண்டிருப்பதை. மிகத் தெளிவான போட்டோ. மரணித்த முதல் நாள் கலந்து கொண்டிருக்கிறார். ஆமா! கையில் விரலோரம் என்ன கறுப்பு? மை மாதிரி தெரியவில்லை. உன்னித்துப் பார்த்தால்,சின்ன, மிகச் சிறிய விரல், ஹான்! ஆறாம் விரல்!"

"சார்!"

"மணி! க்விக்! கொலை செய்யப் பட்டவரை வித விதமான கோணங்களில் படம் எடுத்தோமே! கொண்டு வாருங்கள்!"

"சார்! இதில் ஆறாம் விரலே இல்லை சார்!" மணி அலறினார்.

மேத்யூ சாமுவேல் நிதானமாய்ச் சொன்னார்,

"மரணித்தது ஆறுமுகம் அல்ல. வேறு முகம்! இல்லையில்லை ஆறுமுகம் போல் இருக்கும் ஒரு முகம், அப்போ ஆறுமுகம்?"

திரும்ப வேட்டை ஆரம்பிக்கும் எனத் தெரிந்திருக்காத ஆறுமுகம் அண்டர்கிரவுண்டில் இருந்து வெளியே வர, கார்னர் பண்ணிப் பிடித்தனர் போலீசார்.

கொலை செய்தது தான் என்றும், கொலையுண்டது தன்னைப் போல் இருக்கும் தனது முக்கியமான கையாள் என்பதும் ஆறுமுகம் சொல்லச் சொல்ல, மணி ரிகார்ட் பண்ணிக் கொண்டார்.

"எதுக்காக ? என்ன மோட்டிவ்?" மேத்யூ கேட்க,

"வெளியே பத்துக் கோடி இன்சூரன்ஸ் பணமே கிடக்குதுங்க. அதுக்காக நானே செத்த மாதிரி நடிச்சு, பணத்த வாங்கிக்கிட்டு வெளி நாட்டுல செட்டில் ஆகிறலாம்னு!"

"ஆறாம் விரல் ஆட்டம் காண்பிச்சிருச்சே ஆறுமுகம்? ஏறுங்க வண்டியில்!" சாலையின் ஓரத்தில் நின்று கொண்டிருந்த அந்தப் போலீஸ் வண்டிக்குச் சென்ற மேத்யூ சாமுவேல் தன் தொப்பியைக் கழட்டிப் பக்கத்தில் நின்ற ஜிம் தலையில் இட்டார்.

"கோ மேன்! யூ ஆர் வெரி ஸ்மார்ட்!"

யார் பிழை?

வீரா சுறுசுறுப்பாகக் கிளம்பிச் சாப்பிட அமர்ந்தான்.

"ஏ! புள்ள சீதா! வந்து சோத்தப் போடு. ஆக்கி இருக்கியா இல்லையா?"

"ஐய்ய! இதென்ன உடுப்பு ஐத்தான்! செயிலுக்குள்ள இருக்காப் போல! யாரு குடுத்தாக?" கேட்டபடி சோற்றுப் பானையை எடுத்து வரச் சென்றாள் சீதா.

"ஏன், என்ன பிழை இதுல? நம்ம குமரேசு இல்ல, துபாய்ல இருந்து வாங்கிட்டு வந்தானாம். கூட ரெண்டு செண்டு பாட்டிலும் கொடுத்தான். அதான் இந்த உடுப்பப் போட்டுக்கிட்டு அப்படியே கொஞ்சம் கெத்தா வெளியே போயிட்டு வரலாமுன்னு,"

“யோவ் 420 தப்பிச்சு வந்துட்டியான்னு பின்மண்டையிலே போட்டு கூட்டிக்கிட்டு போவாங்க போலீசு, வேணுமா உங்களுக்கு? துபாயாம் துபாயி. "

முகவாயில் கைவைத்து இடித்துக் கொண்டாள் சீதா.

"தோ! பாரு செண்டு! வாசனையா இருக்கில்ல! "

"சாப்பிடற இடத்துல, அட! சாப்பாட்டு மேல, அடடா! கொட்டிடுச்சே! குமரேசு கொடுத்தார்ன்னு, பாருங்க, சோறு மணக்குது"

அதற்குள் வாசலில் குரல் கேட்க எழுந்து சென்றாள் சீதா.

இரு போலீஸ்காரர்கள் வாசலில் நிற்க, என்னவென்று கேட்டதில் சிறையில் இருந்து கொலைக் குற்றவாளி தப்பி விட்டதாகக் கூற சீதாவின் கண் தன்னிச்சையாய் வீரா மேல் பதிந்து மீண்டது.

உட்கார்ந்திருந்த அவனின் முதுகுப்புறம் மட்டுமே தெரிய,பாய்ந்தனர் போலீஸ்.

" அகப்பட்டியாடா பயலே!"

" சார்! சார்! நான் ஒண்ணும் செய்யல சார்! "

இடைப்புகுந்த சீதா " இவர் என் வூட்டுக்காரருங்க. இவரு உடுப்பு செயிலு உடுப்பு மாதிரி இருக்குன்னு இவரப் புடிச்சிட்டீங்களாக்கும். இதே போல முப்பது உடுப்பு ஊர்ல எல்லோருக்கும் முருகேசு கொடுத்திருக்கு. கிளம்பி எல்லோரையும் புடிச்சுட்டுப் போங்க!" என்றவள் வீராவிடம் திரும்பி

"போட்டுக்கிட்ட உன் மேலயும் பிழையில்ல, கொடுத்த முருகேசு மேலயும் பிழையில்ல,அதப் பார்த்து ஏமாந்து குத்தவாளின்னு புடிக்க வந்தாங்க, பாருங்க,இவங்க மேல தான் பிழை!"

உடுப்பைக் கழட்டி வீசி எறிந்தான் வீரா.

நீலத்தைப் பிரிந்து விட்டால்

ஏழு வயதுச் சிறுவன் கண்ணன். அவன் கேள்விகள் எல்லாம் அசாத்தியம். போன ஜென்மத்துப் புத்திசாலித்தனம் அப்படியே வந்திருக்கோ? நீலமேகம் தன் மடியில் உட்கார்ந்து கேள்வி கேட்கும் அவனையே பார்த்திருந்தார்.

"தாத்தா! நீலமேக ஸ்யாமளனாம் கிருஷ்ணன். உனக்குத் தெரியுமா?"

"இல்லையேப்பா. நீ சொல்லு. தெரிஞ்சுக்கறேன்" விளையாட்டாட்டாய்ச் சொன்னார்.

"ஆமா, நீலம் தான் பிரபஞ்சம். நீலம் தான் அமைதி. நீலம் தான் சமாதானம். நீலம் தான் எங்கும் ஈஸியா ஊடுருவும்." வாஷிங்மெஷினில் துணி போட்டுக் கொண்டிருந்த நீலமேகத்தின் மருமகள் நந்தினி

"ஆமாடா கண்ணா. கடைசியா சொன்னியே அது ரொம்ம்ம்ம்ப சரி!"

தாத்தாவின் முகம் சுருங்குவதைப் பார்த்த கண்ணன் "நீ வா தாத்தா! நாம பேசலாம்! நீ வானத்தை நீலக்கலரே இல்லாம பார்த்திருக்கியா?"

நானே அப்படித்தான் கண்ணா இருக்கேன் என் ஸ்யாமளி இல்லாம. மனம் புலம்பியது. ஸ்யாமளி அவருடன் ஐம்பது வருட தாம்பத்யம் நடத்திய அசாத்திய பொறுமைக்காரி.

நீலமேகத்தின் அத்தனை கோபத்துக்கும், பொறுமையில்லாத் தனத்துக்கும் கிடைத்த சுமைதாங்கி.

"நான் இல்லன்னா உங்களை யாரும் சீண்ட மாட்டா!" சமயத்தில் மனம் பொறுக்காது சொல்வாள்.

"எனக்கு நாலு பிள்ளை இருக்காடி. நாலு மாட்டுப் பொண்ணு வருவா. நான் வரேன், நான் வரேன்னு எம் மடி நிறைய பேரப் பசங்க வருவா!" ஜம்பமடித்ததுக்கு மூன்று பிள்ளைகள் "அப்பா! உனக்கு இந்த வீடு சரிப்படாதுப்பா! உனக்கு இந்த சீதோஷ்ணம் ஒத்துக்காதுப்பா! உனக்கு இந்த ப்ளாட் சிஸ்டம்லாம் சரியா வராதுப்பான்னு சொல்லி தள்ளி விட்டார்கள். கடைசிப் பிள்ளையாத்தில் தான் இப்போது இருக்கிறார். அதுவும் பேரன் கண்ணன் தனக்கு தாத்தா வேண்டுமென்று படுத்தியதால். அவரும் வந்ததில் இருந்து மருமகளுக்கு எல்லாவிதத்திலும் ஒத்தாசை பண்ணுகிறார். சமையல் பாத்திரம் தேய்ப்பதில் இருந்து சாமான்களை கடைக்குப் போய் வாங்கும் வரை. இருந்தாலும் ஒட்டாத வாழ்க்கை. இப்போதெல்லாம் கோபமே வருவதில்லை. காட்ட ஸ்யாமளி இல்லையே! பேரன் மடியிலேயே தூங்கி விட்டான். இவரும் சும்மா கண்ணை மூடிக் கொண்டிருந்தார். வாழ்க்கையை வாழ ஏதோவொரு பற்றுக் கோல் வேண்டியிருக்கிறது. அந்தப் பற்றுக் கோல் அவ்வளவு எளிதாக வசப் படுவதில்லை.

"கண்ணப்பா!" எனப் பேரனை ஆசையாய்த் தடவி கண்ணை மூடிக் கொண்டார். தூங்கி விட்டாரென நினைத்து கண்ணனை மெதுவாக அவரிடமிருந்து பிரித்துத் தூக்கிப் படுக்கையில் விட்டு வந்த நந்தினி, உள்ளே வந்த கணவனிடம் சொன்னாள்.

"மத்த மூணு லேடீஸும் ஜாலியா இருக்கும் போது நான் மட்டும் உங்கப்பாவ சகிச்சுக்கணும்ன்னு அவசியமில்ல!"

"அவர் தான் உனக்கு எல்லா ஒத்தாசையும் பண்றாரே நந்தினி. "

"நம்ம கண்ணன் அவரோடயே இருக்கறது எனக்குப் பிடிக்கல"

"நம்ம கண்ணன் அவரோடயே இருக்கறது எனக்குப் பிடிச்சிருக்கு. நல்லதைக் கத்துப்பான். நல்லதைக் கேட்டுப்பான். இப்ப அவன் கிட்ட கேளு. லோகத்துல இருக்கற அத்தனை விஷயமும் அவனுக்குத் தெரியும். ஏன்னா அதையெல்லாம் அறிமுகப் படுத்தினது எங்கப்பா. என் பிரதர்ஸ் பசங்களக் கேளு. டி. வி ல வர்ற கார்டூன்ஸ் பத்தி பேசும்கள். இல்ல சினிமா. "

"ஆனாலும் எப்பப் பார்த்தாலும் அவரோடயே,"

"அப்பா நம்ம கண்ணனை தன்னோட ஸ்யாமளியாப் பார்க்கறார். நான் உன்னை விட்டு இருந்தா இதோ எங்கப்பா மாதிரி தான் சூன்யத்த வெறிச்சுண்டு இருப்பேன். நீ ஒருவாரம் ஊருக்குப் போனாலே எனக்கு அந்த நிலைமை தான். அப்பா வருஷக் கணக்கா!"

"புரிஞ்சுது, இருங்க வரேன்!" வலுக்கட்டாயமாய் பிரித்த கண்ணனை மீண்டும் தூக்கி மாமனார் மடியில் விட்டுவிட்டு வந்தாள். கண்ணன் தூக்கம் கலைந்து "தாத்தா! நீ தான் நீலம். நான் உன் வானம்" என்றான்.

நீலமேகம் "ஸ்யாமளி" என்றார்.

இன்னொரு ஆண்டாள்

கண்முன் கலகலவென்றுச் சிரித்துக் கொண்டு ஓடி வந்தாள் குழந்தை. குழந்தைக்கு வயது இருபது. துளசி வனம் முழுக்கக் கால்கள் அளந்ததில் விழுந்த கொலுசைக் கவனியாது ஓடி வந்த துளசியை பக்கம் அமர்த்திக் கொஞ்சினார் ஆழ்வார்.

"என்னம்மா! உடம்பெல்லாம் துளசி வனமாய் மணம் கமழ்கிறதே?"

"கண்ணனுக்குப் பிடிக்குமா அப்பா?"

“ம்ம், கண்ணனுக்கு வெண்ணெய் கூட பிடிக்கும். அதற்கென்று அதில் ஓடியாடினால் வழுக்கி விழுந்து விட மாட்டாயா?"

"விழுந்தாலும் தாங்க வர மாட்டானா அப்பா?"

"வருவான்! வருவான்! என் குழந்தை அழைத்தால் வராமலா போவான்?"

துளசி அவருக்கு பதினெட்டு வருடம் கழித்துப் பிறந்த மகள். ஆசைப் புதல்வியின் அருமொழி கேட்க அன்னை கொடுத்து வைக்க வில்லை. அன்னையின் முகம் மறக்கக் கண்ணனைக் காண்பித்தார். கண்ணனே கதையானான். கண்ணனே சுவாசமானான். கண்ணனே கண்ணாய் நின்றான். அந்தளவு துளசிக்குக் கண்ணன் மேல் காதல் வந்து விட்டிருந்தது.

உள்ளே சென்று தான் கட்டி வைத்திருந்த பூ மாலைகளை எடுத்து வந்தவள் தான் சூடிக் கொடுக்க ஆழ்வார் அதை பூஜையறையில் இவளுக்காகவே அமைத்திருந்த ஆளுயர கிருஷ்ணர் சிலைக்குச் சூட்டினார்.

"சூடிக் கொடுத்த சுடர்க்கொடியும் நீ தானம்மா!" கிருஷ்ணன் சிரித்தான்.

"என்னவரே! என்ன சிரிப்பு? அதுவும் அடக்க மாட்டாது? ஆண்டாள் நான் இங்கிருக்க இப்போது தங்களை ஆள்பவர் யாரோ?"

"ம்ம். அதோ பார், இன்னொரு ஆண்டாள் உருவாகிறாள்!" துளசியைக் கை காண்பித்தான் கண்ணன்.

"அவளுடைய காதலும் என் காதலும் ஒன்றாகுமா? நான் தானே சூடிக் கொடுத்த சுடர்க்கொடி?" சிணுங்கினாள் ஆண்டாள்.

"ஒரு துளசிக்கே நான் மயங்கி விடுவேன்," என்றான் குறும்புக் கண்ணன்.

"ஆஹா, இது எதற்கோ அடிபோடும் வழியாய்த் தெரிகிறதே! தேவா! வருக! நாமிருவருமே சென்று அனுக்கிரகம் செய்யலாம்"

"சற்றுப் பொறு நங்காய்! ருக்மிணி, சத்தியபாமா இருவருமே வரட்டும்! துளசியைப் பார்த்து என்ன சொல்கிறார்கள் என்று பார்ப்போம்"

"ம்... ம்...! கேட்டுக் கொண்டு தான் இருந்தோம் நாதரே! எங்களை விட உங்களுக்கு ஆண்டாள் உசத்தி,

ஆண்டாளுக்கும் உசத்தியாய் ஒருத்தி வந்து விட்டாளா இப்போது? ஹூம்!" இருவரும் வந்து கண்ணனின் இரு புறமும் அமர ஆண்டாளோ கண்ணனின் காலடியில் அமர்ந்தாள்.

"பாவை நோன்பு நூற்றாளா அவள்?" ஆண்டாள் துளசியைப் பற்றிக் கேட்டாள்.

"ஆழ்வார் அவள் தந்தை பெயராம் ஆண்டாள். அதிலும் ஒற்றுமையைப் பாரேன்," ருக்மிணி சொன்னாள்.

"நம் நாதருக்குப் பிரியமான துளசி வனம். அது கூட அவள் பெயரே துளசியாம். பின் என்ன? கிருஷ்ணார்ப்பணம் தான்!" சத்தியபாமா நொடித்துக் கொண்டாள்.

"ஏதேது? பூலோகப் பெண்களுக்கே உரிய பொறாமை குணம் தலை தூக்குகிறதே. இப்போது சிறு விளையாட்டு பாருங்கள்!"

துளசி வீட்டுப் பூஜையறைக் கண்ணன் திருவிழி மலர்ந்து புன்னகைக்க ஆழ்வார் பயந்து விட்டார்.

கிருஷ்ணா! இது என்ன சோதனை? என்றுமில்லாத திருநாளாய் சிலையின் முகம் உயிர்பெற்றது போல் இருக்கே, இப்படித் தான் பிள்ளையார் பால் குடித்திருப்பாரோ? வேப்ப மரத்தில் இருந்து பாலாய்க் கொட்டி இருக்குமோ?

கிருஷ்ண ஜபத்தில் ஊரார் அவர் வீட்டில் கூட, மறுநாள் பேப்பரில் அதிசயம் என செய்தி வர, துளசியும், ஆழ்வாரும் பிரபலமாக, கண்ணன் காட்சிப் பொருளானான்.

செய்தியானான். நாளடைவில் சிலையாய் நின்று பழைய செய்தி ஆனான்.

"ஆண்டாளே! போதும் உன் விளையாட்டு!" சிரித்தான் கண்ணன்.

"அறிந்து கொண்டீர்களா சுவாமி. இன்றைய காலத்தில் நாமிருந்தால் என யோசித்தேன் சுவாமி, அதன் விளைவு தான்,"

"பார்த்தோமே! அங்கு கண்ணன் என்பது பக்தி. கண்ணன் என்பது பாவனை அவ்வளவே!"

சிரித்தாள் ஆண்டாள்.

ஆதித்யா ஒன்றாம் வகுப்பு

நகரின் மையத்தில் இருந்த கல்லூரியில் செஸ் போட்டி அதுவும் அகில இந்திய அளவில் ரேட்டிங் போட்டி. மாஸ்டர் சொல்லி இருந்தார் உங்க மகன் ஆதி இந்த வயசுலேயே சூப்பரா விளையாடறாம்மா. இனி நீங்க எல்லாப் போட்டிக்கும் கூட்டிட்டு போகலாம். மனம் ஜிவ்வென்று இறக்கை கட்டிப் பறந்ததில் இந்த எல். கே. ஜி, யூ. கே. ஜி யெல்லாம் வேணாம் நேர காலேஜு தான்னு ஒரு நாள் போட்டி, இரண்டு நாள் போட்டி இதெல்லாம் இல்லாது நேரே பத்து நாள் நடைபெறும் ரேட்டிங் க்கு பதிவு செய்தாயிற்று.

காலையில் இருந்தே பரபரப்பு தான். வீட்டில் சமையல் முடித்து, எங்களுக்கும் பேக் செய்து கொண்டு, ஒரு ஆட்டோ பிடித்து அங்கு சென்றால் தேர்க்கூட்டம், திருவிழாக் கூட்டம்;

"அம்மாடி, இதில் என்னடா பண்ண?" கேட்டேன் ஆதியிடம்.

அதற்குள் பக்கம் உள்ள அம்மாக்களெல்லாம் பேச அங்கு ஒரு நட்புறவு உருவானது. அது ஒரு தனி உலகம். பெயர் பதிவு செய்வது, யார் யாருடன் விளையாடுகிறார்கள் என்ற லிஸ்ட் ஒட்டுவது, இப்படி ஒவ்வொரு ரவுண்டுக்கும் ஓடி ஓடி பார்க்க வேண்டி இருந்தது.

முதல் ரவுண்ட் ஆரம்பித்தது. நெற்றியில் விபூதி பூசி சில பேர் வழி அனுப்பினால் சில பேர் சிலுவை போட்டு வழி அனுப்பினர். இன்னும் சில பேர் கட்டை விரல் தூக்கி தம்ஸ் அப் என்றனர். பிள்ளைகளை உள்ளே அனுப்பி விட்டு

அவர்கள் ஜெயிப்பார்களா இல்லையா என பந்தயக் குதிரைகளாக்கித் தவிக்கும் அம்மாக்களுக்கு நடுவே நான் கொஞ்சம் ரிலாக்ஸாகத் தான் அமர்ந்து இருந்தேன். ஆதிக்கு இதானே முதல் போட்டி.

முதல் ரவுண்ட் முடிந்து சிரித்துக் கொண்டே இன்னொருவன் மேல் கைபோட்டுக் கொண்டு வந்தான் ஆதி.

"என்னடா ஆச்சு?"

"இவன் தாம்மா என்னை ஜெயிச்சான்" என்றான் ஜெயித்தவனை நண்பனாக்கிக் கொண்டு. அதன் பின் ஸ்னேக்ஸ், சாப்பாடு என்ற பின் அந்தப் பையனோடு போட்டியில்லாது சும்மா ப்ராக்டிஸ்க்கு விளையாடி ஜெயித்தான். அதில் நுணுக்கங்களையும் கற்றுக் கொண்டான்.

அடுத்ததற்கு அழைப்பு ஒட்டப்பட, மீண்டும் கும்பலில் ஓடிப் பார்த்து, டேபிள் எண் தெரிந்து உட்கார்ந்து அடுத்த ரவுண்ட்,

"என்னடா ஆச்சு ?"

"இவன் தாம்மா என்னை ஜெயிச்சான்" என்றான் ஜெயித்தவனை நண்பனாக்கிக் கொண்டு.

மீண்டும் ப்ராக்டிஸ் கேம்! இப்படியே மனம் விடாமல் தினமும் போனோம். ஜெயிக்கவே ஜெயிக்காததற்கு ஏன்மா போற எனக் கேட்ட கணவருக்கு ஜெயிப்பது எப்படின்னு கத்துக்கறானேன்னு சொல்லிக் கிளம்பினோம். சொல்லி வைத்தாற்போல நான் என்னடான்னு கேட்பதும், அவன் இவன் தாம்மான்னு சொல்வதும், கூட அமர்ந்திருந்த அம்மாக்கள் என்னைப் பாவமாய்ப் பார்த்தனர்.

"ஆதி அம்மா! இப்படி எடுத்ததும் ரேட்டிங் கேம் வரக் கூடாது. ஒரு நாள், இரு நாள், ஐந்து நாள் போட்டியெல்லாம் நிறைய இருக்கு. அதில் ஜெயிக்க ஜெயிக்க பையனுக்கு ஒரு நம்பிக்கை வரும்" என உத்தி சொல்லிக் கொடுக்க அதைச் சட்டெனப் பிடித்துக் கொண்டேன். அதன் பின் ஒவ்வொரு சனி ஞாயிறும் எனது இலக்கு ஏதாவதொரு பள்ளியில் நடக்கும் போட்டியாய் இருக்கும்.

முதலில் ஜெயிக்காததற்காய்ச் சிரித்தவன் பின் ஜெயித்து ஜெயித்துச் சிரித்தான். அப்பவும் தான் ஜெயித்தவரை நட்பாக்கிக் கொண்டான்.

"ஸ்டேட் டோர்னமெண்ட் வருது மேடம்! ஆதியை அனுப்புங்க!"

"ஏழு வயசு தான் சார்!"

"கூட்டிட்டுப் போங்க"

ஈரோடு, முதல் ரவுண்ட், ஜெயித்தான்!

இரண்டாம் ரவுண்ட் மூன்று நான்கு ஐந்து ஆறு,என ஜெயித்தவன் பெயர் முதலிடத்தில் இருக்க,

"டேய்! அந்த சிவப்பு சட்டை தாண்டா எப்பப் பாரு ஜெயிக்கறான்," குரல் கேட்டவுடன் சட்டென்று ஆதியின் சிவப்பு சட்டையை மாற்றி பச்சை ஆக்கினேன். ஸ்டேட் ரேங்க் வந்தான். பச்சை ஆக்கியதால் அல்ல. அவனுடைய அசால்ட்டான திறமையால்.

அடுத்து சென்னையின் மிக முக்கியமான சோலார் செஸ். அத்தனை ரவுண்டிலும் ஜெயித்து, பைனலிலும் ஜெயித்து

அதே சிரிப்புடன் மேடையில் நின்றான், அம்மாவுக்கென ஒரு குட்டி குக்கரும், தனக்கென ஒரு சின்ன வெள்ளித் தட்டு பரிசுமாய்.

நான் சென்ற முதல் ரேட்டிங் போட்டியை நினைத்துக் கொண்டேன்.

ஆம்!

சில தோல்விகள் வெற்றியை விட பெருமிதத்தைத் தரக் கூடியவை.

வாய்ப்பு

வானம் எந்த அளவு கருத்திருந்ததோ அந்த அளவு ரவியின் முகம் கருத்திருந்தது. நடந்த விஷயம் அப்படி. எது வேணாலும் அடிபடலாம். ஒரு ஆண்மகனுக்குத் தன்மானம் அடிபட்டால். அதான் விஷயம். விடுவிடுவென்று ஸ்கூட்டரை எடுத்துக் கொண்டு வீட்டுக்கு வந்தவன் போன வாரம் தான் ஆசையாய் வாங்கிய அந்த க்ரே கலர் ஆலன்ஸோலி சட்டையைக் கழட்டி வீசி விட்டு ஒரு மஞ்சள் நிற டீஷர்ட்டை அணிந்து கொண்டான். அவன் வீசி எறிந்த ஆலன்ஸோலி மூலையில் இருந்த குப்பைக் கூடையில் முகம் காட்டி நின்றது. வாணி ஆசையாய் அவன் பிறந்தநாளைக்கு வாங்கித் தந்தது. ம்ஹீம்! இத்தனாம் பெரிய ஆப்பர்சூனிட்டிய தட்டிப் பறிக்கறதுக்குத் தான் இப்படி ஒரு காஸ்ட்லி சட்டையை முன்னாடியே தந்திருப்பாளோ, தப், தப்பென்று நடந்து வந்து டைனிங் டேபிளில் இருந்த தட்டைக் கழுவி ணங்கென்று வைத்து உட்கார்ந்தான்.

"என்ன கண்ணா! ஏன் இத்தனை வெறுப்பு? கோபம்? ம்ம், யார் மேல?" அம்மா தட்டில் சாதம் போட்டவாறே கேட்டாள்.

அவனுள் பொங்கியது. "சார்! சார்! அதிர்ஷ்டம் கூடி வருது சார். இந்த ஜியோஸ்மித் ப்ரொஜெக்ட்ல அமெரிக்கா போக உங்க பேரும் அடிபடுது சார். இத்தனை நாளா உழைச்சது வீண்போகல. " பக்கத்து சீட் மணி காதைக் கடித்தான்.

"ஆ, அப்படியா சார், ஆஹா, கிடைச்சா எவரெஸ்ட் தான்!"

"பின்ன ஐம்பது லட்சம், அரை கோடி சம்பளமாச்சே, எனக்கே உங்களைப் பார்த்தா பொறாமையாத் தான் இருக்கு ரவி சார்!"

"ஏன் சார் நீங்க வேற, என் ஒரே காம்பிடீட்டர் மிஸஸ் வாணி ரவி தான், அவங்களை ஜெயிக்கணும்"

"சும்மா விளையாடாதீங்க சார். அவங்க வேற நீங்க வேறயா, யாராவது கேட்டா சிரிப்பாங்க. உங்க வைஃப்பை போய், "

"இருக்கட்டும் சார். அது வீட்டுல. இங்க சக பணியாளர் தான். தன்மானம் சார் தன்மானம். ஒரு ஆம்புளைக்கு இது கூட இல்லேன்னா எப்படி?" சொல்லிக் கொண்டிருக்கும் போதே ரவிக்கு அழைப்பு வர எழுந்து மேனேஜர் ரூம் சென்றான். அவனுக்கு முன்னதாகவே வந்திருந்தாள் வாணி.

"ஃபர்ஸ்ட் கம் ஃபர்ஸ்ட் செர்வ் என்றில்லை, நிஜமாகவே வாணிக்கு இந்த ஆஃபர் கிடைத்திருக்கு" மேனேஜர் எழுந்து கைகுலுக்கினார். பின் ரவியைப் பார்த்துச் சொன்னார்.

"கங்க்ராட்ஸ் மிஸ்டர் ரவி. பேமிலி போனாலே நீங்க போன மாதிரின்னு சொல்வீங்க. ஆனா மிஸர்ஸ் வாணிக்கு வீடு, கார் எல்லாம் அங்க அனுமதிச்சிருக்காங்க. நீங்களும் கூட மூணுமாசம் போய் வரலாம். நீங்கள் இருவருமே ஒரே க்ரேடில் இருப்பவர்கள்." பின் சொன்ன எதுவும் அவன் தலையில் ஏற வில்லை. கோபித்துக் கொண்டு வந்தவன் இதோ அம்மாவுடன் டைனிங் ஹாலில் உட்கார்ந்திருக்கிறான். பின்தொடர்ந்து வந்த வாணி டைனிங்ஹால் கதவோரம் நிற்க அம்மா சொல்லிக் கொண்டிருந்தாள்.

"வாணிக்குக் கிடைச்சுதாக்கும். இன்னும் சின்னக் குழந்தை மாதிரி தான் இருக்க ரவி. உனக்கு வர வேண்டிய சான்ஸ் இன்னொருத்தருக்கு போகுதுன்னா உனக்கு இங்கயே பண்ண நிறைய வேலை இருக்குன்னு தானே அர்த்தம். அதை விட்டுட்டு சட்டுன்னு உதறிட்டு வரியே. அது கிடைச்சு இருந்தா என்னை இங்கே தானே விட்டுட்டு போயிருப்ப. ஒரு தட்டு தாழ ஒரு தட்டு உயர இருந்தா சரிவருமா? வேலையும் குடும்பமும் ஒருசேர பாவிக்கணும்பா. இப்ப என்ன , வாணி வேணாம்ன்னு சொல்லிட்டா, உனக்குத் தானே அந்த சான்ஸ். கிளம்பு. நானும் வாணியும் இருந்துக்குவோம்!"

வாணி காதைத் தீட்டிக் கொண்டாள் ரவி என்ன சொல்கிறானென்று. "சே! சே! அவள் போய் விட்டு வரட்டும் அம்மா. நான் உள்ளே வரும் போது நீங்கள் அவளிடம் ஸ்பீக்கர் போட்டு பேசியதைக் கேட்டேன். ஆபீஸ்ரூல் பிரகாரம் ஒரு ஆணுக்குக் கிடைச்சா தன் மனைவியைக் கூட்டிக் கொண்டு போகலாம். ஒரு பெண்ணுக்குக் கிடைச்சா அவள் தன் தாயையோ மாமியாரையோ கூட்டிச் செல்லலாம், ஆக, மாமியாரும் மருமகளுமா கிளம்பப் போறீங்க, அமெரிக்கன் ரிடர்ன் அம்மாவா வரப் போறீங்க, ஹா! ஹா! எல்லாம் உங்க ப்ளான்னுன்னு உங்க பேச்சைக் கேட்டப்புறம் தெரிஞ்சு போச்சு,"

“தெரிஞ்சுபோச்சா, சிந்திக்காத செயலும் கெடும்ன்னு நம்ம ஔவைப்பாட்டி சொல்லி இருக்காங்க. அதான், ரொம்ப சிந்திச்சு, உங்க மேனேஜரைப் பார்த்து, ம்ம், ஒரு வருஷம் சமாளிச்சுக்க ரவி. நானும் அமெரிக்காவாசியாகிட்டு வரேன். எனக்கும் அமெரிக்கா போக ஒரு வாய்ப்பு வருதுல்ல! வாணி! வாம்மா, பர்ச்சேஸுக்குப் போலாம்!" அதிரடியாய் நடக்கும் அம்மாவைப் பார்த்து புன்னகைத்துக் கொண்டான் ரவி.

தேவையறிந்து

ஒன்பதாம் வகுப்பு அ பிரிவு. சியாமளா டீச்சர் வகுப்பென்றால் அத்தனை குழந்தைகளும் கப்சிப் என்றாகி விடும். அத்தனைக்கும் கண்டிப்பான டீச்சர் இல்லை அவர். கணக்கு தான் எடுப்பார் எனினும் குழந்தைகள் உள்ளங்களைக் கணக்கிடுவதில் வல்லவர்.

“யாரெல்லாம் நேத்து கொடுத்த ஹோம்வொர்க்கை முடிச்சீங்க? கையைத் தூக்குங்க பார்க்கலாம்!" கேட்டதும் அத்தனை பேரும் தூக்கி விடுவர் எப்போதும் ஒரே ஒருவனைத் தவிர. அவன் பாரி.

அசமந்தம் என்று சொல்ல முடியாது. புத்திசாலி தான். ஆனாலும் சொன்ன வேலையைச் சொன்ன நேரத்தில் செய்ய மாட்டான். சியாமளா டீச்சர் வகுப்பு என்றில்லை. எல்லா வகுப்பிலும் இப்படித்தான். ஏனோ தானோவென்று இருப்பான். ஒரு வித அசட்டை. மற்றவர்கள் விட்டாலும் சியாமளா விட மாட்டார்.

"அட! பாரி மட்டும் கையைத் தூக்கலையே, நீ தாண்டா நம்மாளு. நானும் பண்ணவே இல்லடா கண்ணா! வரியா, போர்டில் பண்ணலாம். நான் ஒரு பக்கம் , நீ ஒரு பக்கம். நாம ரெண்டு பேரும் சேர்ந்து காப்பி கூட அடிச்சுக்கலாம், வா! வா! கமான்!"

பாரி மௌனமாய் அனைத்து கணக்கையும் வெகு சரியாகப் போட்டு விடுவான். வகுப்பில் முதலில் வந்த பையனாச்சே அவன்.

அன்றைக்கு அப்படித்தான்! விளையாட்டு டீச்சர் பாரி மேல் ப்ரின்ஸிபாலிடம் கம்ப்ளைண்ட் பண்ணிக் கொண்டிருந்தார். "இவனைக் கோல் கீப்பராகப் போட்டு ஒரு மேட்ச் வைச்சால் நாம ஒழிஞ்சோம் மேம். அப்படியே பிடிச்சு வைச்ச பிள்ளையாரா நிக்கறான். இத்தனைக்கும் போனவருஷம் பெஸ்ட் கோல்கீப்பர் அவார்ட் வாங்கினவன் மேம்!"

விஷயம் சியாமளா காதுக்கு வர அவள் பாரியின் மேல் தனி கவனம் செலுத்தத் தொடங்கினாள்.

"எதுவும் பிரச்சனையா பாரி? ஏன் நீ முன்ன மாதிரி இல்ல?'"

"எனக்கு, எனக்கு என் அம்மா தான் மேம் பிரச்சனை. உங்களை மாதிரி அன்பா பேசத் தெரியலை மேம் எங்க அம்மாவுக்கு. நல்லா மார்க் வாங்கிட்டுப் போனாலும், நல்லா ஜெயிச்சு மெடல் வாங்கிட்டுப் போனாலும்,கட்டிப் பிடிச்சு முத்தம் கொடுக்க வேண்டாம். பாராட்டக் கூடாதா மேம்? இந்த மெடல வைச்சு என்னடா பண்றதும்பாங்க, நான் வாங்காத மார்க்கா அப்படிம்பாங்க."

"அம்மா வேலைக்குப் போறாங்களா பாரி?"

"ம்ம். போறாங்க! போறாங்க, ஒண்ணும் இல்ல மேம். பொழுதன்னிக்கும் டிவி, சீரியல், எதையாவது சாப்பிடக் கேட்டா துடைப்பக்கட்ட பிஞ்சுடும்ன்னு கோவப் படுவாங்க. அவங்களா போடறத வாயத் திறக்காம சாப்பிட்டுடணும், எனக்கு வீடே பிடிக்கல மேம்!"

"உங்கப்பா?"

"அப்பாவும் வேலைக்குப் போய்வரார் தான். ஆனா அவரும் அம்மாவின் வாய்க்கு பயந்து கம்முன்னு இருப்பார் மேம், அம்மாவுக்கு வாயைத் திறந்தாலே கெட்ட வார்த்தை தான். அத்தனை சீரியல் வசனத்தையும் எம் மேல வீசுவாங்க எங்கம்மா." சொன்னவன் சற்று தயங்கி, "மேம்,நீங்க எனக்கு அம்மாவா வந்திருக்கலாம் மேம்!"

சொன்ன பாரியை தோளோடு அணைத்துக் கொண்டாள் கல்யாணமாகி பல வருடம் ஆகியும் தாய்மையடைய வழியில்லாத சியாமளா.

"விடு பாரி! வீட்டைத் திருத்துவது உன் வேலை இல்லை, அடுத்த வருஷம் பத்தாவது. ஸ்டேட் பர்ஸ்ட் வர வேணாமா? இந்த வயதில் எல்லாவற்றையும் ஊன்றிப் பார்க்கத் தோன்றும். மற்றவர்களோடு ஒப்பிடத் தோன்றும். நம்ம அம்மா இப்படி இல்லையே என எண்ணத் தோன்றும். விடு, இருப்பதை அப்படியே விடு. என்னை உன் அம்மான்னு நினைக்கத் தோணுதா, நினைச்சுக்கோ. லீவு நாளில் என் வீடு வா. என் கணவரும் உன்னை ஆசையாய்த் தாங்குவார். எனக்குத் தேவை நீ ஸ்டேட் பர்ஸ்ட் வாங்கணும். வாங்குவியா பாரி? அன்பைக் கொடுக்கிறேன். அன்பால் ஆள்கிறேன். பதிலுக்கு?"

"அன்போடு ஒரு சொல் மேம்! அ,ம்,மா!"

"பாரி!"

"எழுதி வைச்சுக்கோங்க அம்மா! நான் தான் பத்தாவதில் முதலாக வரப் போறேன்" சியாமளா சிரித்தாள்.

நீ, நான், நீர்

நிவர் புயல் தாக்கம்

ஊரெங்கும் வெள்ளக் காடு. காரில் இளையராஜா பாட்டு கேட்டுக் கொண்டு மெதுவாக சென்று கொண்டிருந்தனர் ராம் & ராதா.

“மழை வேணும், மழை வேணும்ன்னு சொல்றோம். ஆனால் ஒரு மழைக்குத் தாங்குதா இந்த ஊரு, தண்ணிக்குள்ள ஓடுது பாரு காரு.” ராம் சலித்துக் கொண்டான்

ராதா உன்னிப்பாக முன்னால் பார்த்துக் கொண்டே வந்தவள், சட்டென்று கத்தினாள்

"ராம்! நீரின் நிறம் சிவப்பு!"

"என்னம்மா நீ! வறுமையின் நிறம் சிவப்புன்னு சொல்ற மாதிரி டயலாக் விடற? நிவர் என்ன நிறமோடவா பொறந்திச்சு?" ராம் இன்னும் உற்சாக மூடில் இருந்து வெளிவர வில்லை.

"ஹய்யோ ராம்! யாரையோ நாம கொன்னுப்புட்டொம்! அதான் காருக்கு முன்னாடி இரத்தக் கலர்ல தண்ணி,"

"என்னம்மா சொல்ற?"

"ஆமா! மனுஷனா, மாடா எது இந்த வெள்ளத் தண்ணியிலே மாட்டிக்கிச்சோ, நாம மாட்டிக்கிட்டோம். போலீஸ்,. ஸ்டேஷன், லாக்கப், அடி, உதை, ஜெயில், ராம்! ஆளக்

கொன்னா நமக்கு மரண தண்டனையா? அவ்வளவு தானா? அவ்வளவு தானா நம்ம வாழ்க்கை?"

ராதா அழவே ஆரம்பித்து விட்டாள். ஒன்றும் பண்ணத் தோன்றாமல் ஓரமாகக் காரை நிறுத்தி விட்டான் ராம்.

கண்முன் சிவப்பின் அலையைப் பார்த்து விட்டு அவனுமே நடுநடுங்கி விட்டான்.

"அப்பவே சொன்னாங்க அப்பா மழையா இருக்குடா! கார் எடுக்காதன்னு! கேட்டேனா நான் கேட்டேனா? இப்படி ஒரு கொலையைப் பண்ணிட்டோமே!"

"பண்ணிட்டோமே இல்ல பண்ணிட்டேனே! நீ தானே ராம் காரோட்டி இங்க?"

"நீயெல்லாம் என் மனைவியா?" என்று ஒரு பார்வை பார்த்தான் ராம்,

"சரி சரி! ராம்! நான் ஒரு யோசனை சொல்றேன். பக்கத்துல தெரியுது பார் ஏ2 போலீஸ் ஸ்டேஷன். காரை இங்கயே வைச்சுட்டு இறங்கிப் போய் நாமளே சொல்லிடுவோம். தண்டனை குறையும். அவங்களாக் கண்டுபிடிச்சா, கூட இன்னும் நாலு கேஸை நம்ம தலையில் போட்டு திகார் ஜெயில்ல கொண்டு போய் போட்டுட்டா, வரும்முன் காப்பது நலம்"

கொலைவெறிப் பார்வை பார்த்தான் ராம்.

"அப்படி முறைக்காத ராம். நான் சொல்றதக் கேளு. வா!" இழுத்துக் கொண்டு போனாள் அவள். ஆனாலும் அவளுக்குமே பயம் தான்.

ஏ2, போலீஸ் ஸ்டேஷன்,

"என்ன கொலை பண்ணிட்டீங்களா? யாரை? எங்கே?"

ராதா பின் நிற்க ராம் முன்னாடி நின்று சொல்லிக் கொண்டிருந்தான்.

"கார்ல,"

"ஓ! ஹிட் & ரன் கேஸா?"

"ஹிட் மட்டும் தான் சார். ரன் லாம் இல்ல. இங்க ஸ்டேஷனுக்குத் தான் ஓடி வந்தோம்!" ராதா முணுமுணுத்தாள்.

"கான்ஸ்டபிள் உடனே பைல் போடுய்யா! யாரக் கொலை பண்ணினீங்க? என்ன மோட்டிவ்?" அடுக்கடுக்காய் கேள்விகள் வர ,அரண்டனர் இருவரும். ராதா ராமின் தோளைப் பிடித்த படி தங்கள் கார் இருக்கும் திசையைப் பயத்துடன் பார்த்துக் கொண்டிருந்தாள்.

அந்தச் சமயத்தில் ராமின் போன் அடிக்க, எடுத்தவன்

"அப்பா! நாங்க போலீஸ் ஸ்டெஷன்ல," பாதியில் அவன் போன் பறிக்கப் பட்டது.

"கொலை பண்ணிட்டு வந்திருக்க, போன்ல வேற பேசி சிக்னல் கொடுக்கிறியா?"

"இல்ல இன்ஸ்பெக்டர், அப்பா கிட்ட சொல்லி வக்கீல் வைச்சு," ராம் முடிப்பதற்குள் இன்ஸ்பெக்டர் பாய்ந்தார்,

“கோர்டு கேஸ்லாம் ரொம்ப பழக்கமோ, குற்றம் செஞ்சுப்புட்டு வக்கீலுக்கும் போன் பண்றியா நீ!”

முதுகில் கை வைத்துத் தள்ளிக் கொண்டு போனார்.

"அடிபட்டவன் பூட்டானா?"

"பூட்டான் சார்!" ராதா சொன்னாள்.

"ஹேய்! அவர் பூட்டான்னு எதைக் கேட்கிறார்? ஓடிட்டான் என்றா இல்லை ஒரேடியா போய்ட்டான் என்றா? " ராமின் காதோரக் கேள்வியில் திகைத்த ராதா கப்பென்று வாயை மூடிக் கொண்டாள்.

கார் கிட்ட போய் குனிந்து பார்த்த எஸ் ஐ, திரும்பி ராமையும், ராதாவையும் பார்த்த பார்வையில் நிவர் காட்டும் குளிரை விட பவர் ஜாஸ்தியாக இருந்தது.

“சார்! அதான் நாங்களே ஒத்துக்கிட்டோமே, தண்டனைய கொஞ்சம் பார்த்து.” ராம் அழும் நிலைக்கு வந்து விட்டான். ராதா அழுதே விட்டாள்.

“கொலை பண்ணிட்டு ஓடறவங்க மத்தியிலே வந்துட்டாங்க கொலையைப் பண்ணிட்டோம்ன்னு, நாங்க என்ன வேலை வெட்டி இல்லாமயா உட்கார்ந்திருக்கோம்" என்றவர் தண்ணீருக்குள் கையை விட்டு ஒரு மைல் கல் போல ஒரு கல்லை எடுத்தார்.

"திருப்பத்திலே இந்த மாதிரி கல்லை நட்டு அதைக் மஞ்சள் குங்குமத்துல குளிப்பாட்டி மாலை போட்டு ,. இப்படில்லாம் பண்றாங்க. அந்தக் கல் தான் இது மழைல அடிச்சு குங்குமத்தைக் கரைச்சு விட்டுருக்கு. எத்தனை வருஷக்

குங்குமமோ,அத்தனையும் கழுவி நிற்க,நீங்க யாரையோ அடிச்சுட்டதா பயந்துட்டீங்க. இந்தாங்க உங்க போன்! போய்ட்டு வாங்க!" என்றார்

"நீரின் நிறம் என்ன ராதா?" ஏறி உட்கார்ந்த ராம் கேட்டான்

"எனக்கு கண்ணே தெரியலை ராம்!" எனச் சிரித்தாள் ராதா.

பெருந்தலை

"ஏனுங்க! இன்னிக்கு எனக்கு சந்திராஷ்டமம்! எனக்கு லீவு கொடுத்துடுங்களேன்,அப்படி ஓரமா போய் குந்திக்கறேன்!'

தலையைச் சொறிந்த படியே கேட்ட சர்வர் வீராச்சாமியைப் பார்த்து முறைத்தார் கல்லாவில் அமர்ந்திருந்த முதலாளி சங்கரபாண்டி.

"காட்டுப் பக்கம் இடத்த வளைச்சு அவனவன் கட்டி இருக்கற ரிஸார்டுகள் மத்தியில ஒரு ஹோட்டல் கம் லாட்ஜ நடத்த இந்த சங்கர பாண்டி எவ்வளவு சிரமப் படுறான்னு தெரிய வேணாம். இருக்கறது நாலு ரூமு. அத மேனேஜ் பண்ண உன்னை போட்டேன். கல்லாவ நான் பார்த்துக்கறேன். இதோ இந்த சமையக்கட்ட சாமி பார்த்துக்கறார். இப்ப உனக்கு சந்திராஷ்டமம்னா நான் போய் ரூம் சர்வீஸ் பண்ணனுமா? எடுய்யா தட்டை!"

"முதலாளி! போன தபா இப்படித் தான், என் நேரம் ரூம்ல இருந்த ரூவா நோட்டக் காணோம்ன்னு என் மேல பழி! அப்புறம் பார்த்தா கட்டிலுக்கடில கிடந்து, அன்னிக்கு எனக்கு சந்திராஷ்டமம். "

"அப்ப எனக்கும் இன்னிக்காடா? இப்படி தொல்லை பண்றியே, கிளம்புடா! மேல கிழக்கால இருக்கற ரூம்ல நேத்து ரவைக்கு தான் கஸ்டமர் வந்தாரு. வந்ததும் ஒண்ணும் வேணாம்ன்னு தூங்கப் போயிட்டாரு. விடிஞ்சா

பெட் காபி வைக்க வேணாம். கிளம்பு! சாமி! காபி ட்ரே கொடுத்தனுப்பு!"

மூணே மூணு பேர் நடத்தும் அந்த ஹோட்டல் ஏற்காடு மலையின் அடிவாரத்தில் பல ரிஸார்டுகளின் நடுவே ஒட்டாத குடிசை போல் இருந்தது. சங்கரபாண்டிக்கு விரிவாக்கம் செய்ய ஆசை தான். காசுக்கு என்ன செய்யன்னு இருந்து விட்டார்.

ஆனாலும் இவருக்கென்று வரத் தான் செய்தார்கள். பத்துக்கு அஞ்சு பழுதில்லை.

மேலே சென்ற வீராச்சாமி டபரா செட்டோடு தலைதெறிக்க ஓடி வந்தான்.

"ஹஹஹஹக்க்க்!"

"என்னடா சொல்ற! காபிய கொடுக்கலையா?"

படபடத்த நெஞ்சை நீவிக் கொண்டு "கொடுத்தேனுங்க! சந்திராஷ்டமம்ன்னு சொன்னேனுங்களே!"

"இப்ப என்னடா நடந்து போச்சு?"

"அத நீங்க நடந்து போய் பாருங்க! கிழக்கால ரூம்ல காத்துகிட்டு இருக்கு!"

சாமி கூட சமையலை விட்டு ஓடி வந்து விட்டார். சுற்றிலும் சிங்கமென ரிசார்ட் ஆட்கள் இந்த ஹோட்டலை சிறு முயலாய் நினைத்து இடிக்கச் சொல்கிறார்கள். இந்த சமயத்தில் இங்க ஏதாவது ஏடாகூடம்னா முயல் சின்னா பின்னமாயிடுமே. முதலாளி நேத்து தான் புலம்பினார். இன்னிக்கு இப்படி இவன் பயமுறுத்தறான்,

"ஏண்டாம்பி வீராச்சாமி! சந்த்ராஷ்டமக் கண்ணுடா நோக்கு! என்னன்னு தான் சொல்லித் தொலையேன்!"

"இருங்க சாமி! முதலாளி போய் பார்க்கட்டும்!'

சங்கரபாண்டி வேட்டியை மடித்து கட்டிக் கொண்டு விறுவிறுவென்று சென்றார். போகும் முன் ஒரு உக்கிரப் பார்வை வீராச்சாமியிடம்.

வேகமாய்ப் போன சங்கரபாண்டி கதவைத் தட்ட உள்ளிருந்து,

"டோண்ட் டிஸ்டர்ப் மீ! கார்டு மாட்டி இருக்கேனே! அறிவில்ல! கதவத் தட்டிகிட்டே இருக்கீங்களே!"

"சார்! சாப்பாடு!"

"ஐ ஹேவ் ஆல்! டோண்ட் டிஸ்டர்ப் மீ ஃபார் அ வீக்!"

கர்ணகடூரமாக குரல் ஒலிக்க பயத்தில் ஓடி வந்து வீராச்சாமியை கட்டிப் பிடித்துக் கொண்டார் சங்கர பாண்டி.

"என்னடா இது! கதவத் தட்டாதேங்கறான்!"

"அதானுங்க சொன்னேன். அந்தக் குரல் அமானுஷ்யமாய், குரலே இப்படி இருக்கே! ஆள் எப்படியோ?"

"சரி! சரி! விடுங்க இரண்டு பேரும்! இப்ப என்ன கதவ தட்டப் படாது, இரண்டு மூணு நாள் போகட்டும்! எதுக்கும் கதவுல ஒரு கண்ணு வைச்சுக்கோடா வீரா!"

"சரி சாமி! பின்ன வேற என்ன வேலை! மத்த மூணு ரூமும் தான் காத்தாடுதே!"

மூன்று நாள் பொழுது இவர்கள் சமைத்து சாப்பிட என நகர புதிதாய் யாரும் வர வில்லை. மேலிருக்கும் ஆசாமியும் கதவைத் திறக்க வில்லை. வீராச்சாமி புதிதாக ஒரு ப்ரச்சனையை ஆரம்பித்தான்.

"ஏனுங்க முதலாளி! நீங்க சிங்கத்தின் முன் சிறுமுயலாய் இருக்கீங்கன்னு உங்களுக்கு வினை வைக்க அனுப்பி இருக்காங்களோ!?"

"வினையா? யாரடா? எதற்கடா?"

"அதானுங்க! உங்களை காலி பண்ணச் சொன்னாங்க! நீங்க பண்ணலை. அதான், பண்ண வைக்கறதுக்காக இப்படி ஒரு ஏடாகூடத்தை தலையில் கட்டிட்டீங்களோ?" கிழக்கால இருந்த அறையை கை காண்பித்து கேட்டான் அவன்.

"என்னடா இது காலக்கொடுமை! இருந்திருந்து ஒரு ஆள வைச்சு அவனால என் ஹோட்டலே போயிடும் போல் இருக்கேடா!

"நீங்க வாங்க முதலாளி! சாவிய எடுங்க! கதவத் திறப்போம்! ஆள் செத்து கித்து வைச்சிருந்தா போலீஸ் தான்! ஹோட்டலுக்கு சங்கு தான்!" சொன்ன சமையல் சாமி ,துணிவோடு வீரா மற்றும் சங்கர பாண்டியுடன் மேலே ஏற அறையில் சத்தமே இல்லை.

சங்கரபாண்டி படக்கென்று கதவை திறக்கும் முன் வீராவை காபி ட்ரேயுடன் முன் நிற்கச் சொன்னார். கேட்டாலும் ரூம் சர்வீஸ் கேட்க வந்தோம் என சமாளிக்கலாம் என்று.

பயந்தாங்கொளி வீரா முன் நிற்க கதவைத் திறந்த சங்கர பாண்டி, சாமியுடன் ஓரம் நிற்க, பார்த்த காட்சியில் வீராவின் கால் வெடவெடத்தது.

கூர்ந்த பார்வையுடன், கையில் சிகரெட்டுடன், டீப்பாய் மேல் இரத்தம் உறைந்த நிலையில் மொய்க்கும் ஈக்களுடன் ஒரு மனிதத் தலை இருக்க அதை தன் கை வைத்துத் தடவிக் கொண்டிருநதவனின் கெட்ட வாடையும், இரத்த வாடையும் குமட்டிக் கொண்டு வர வீராவின் எதிரே உள்ள கண்ணாடியில் இவன் ஆட்டம் இவனுக்கே தெரிய, பின்னுள்ள இருவரை முன் தள்ளினான்.

விழிகள் விரிந்தது இருவருக்கும். படுக்கையில் இருந்தவன் கண்டுக்கவே இல்லை. சத்தம் போடாமல் இருவரும் கதவைப் பூட்டி வெளியில் இன்னொரு பூட்டையும் எடுத்து வரச் சொல்லி டபுள் லாக் போட்டார் சங்கரபாண்டி.

கீழிறங்கியதும் கொதிப்பு நிலையில் இருந்தவர்

"சாமி! அந்த டிவியப் போடுங்க! ஏதாவது பாட்டு கேட்டா தான் என் படபடப்பு அடங்கும்! அப்புறம் என்ன பண்றதுன்னு யோசிப்போம்!"

சேனல் மாற்றிக் கொண்டே வர பழைய பாடல்கள் தேடினார் சாமி. ஒரு நியூஸ் சேனலில், கார்கோடகன் எங்கே? பரபரப்பான நியூஸ் ஓடிக் கொண்டிருந்தது.

"நிறுத்துங்க சாமி!"

வீராவும் உன்னிப்பாக கவனிக்க, கார்கோடகன் என்ற பிரபல இண்டர்னேஷனல் ரௌடி சிறையிலிருந்து தப்பி விட்டதாகவும், அவன் பயங்கர கொலைக் குற்றவாளி

என்பதால் அவன் தலையைக் கொண்டு வருபவர்களுக்கு ஐந்து கோடி தருவதாகவும், இப்போ தலையில்லா முண்டம் கிடைத்திருப்பதாகவும், தலை எங்கே என பெரிய எழுத்தில் கேள்வி எழுப்பி இருந்தார்கள். நடந்ததோ டெல்லியில்!

"ஏனுங்க, அதாங்க, இந்தத் தலை! போட்டோவ பார்த்தீங்களா! அதானுங்க இந்தத் தலை!" தந்தியடித்தான் வீரா.

என்ன வருதோ வரட்டும் என்று போலீஸுக்கு போன் பண்ணினார் சங்கர பாண்டி.

"முதலாளி! நம்ம ஹோட்டல் பொழப்பு போலீஸ் வந்தா போயிடுமே!" சாமி சொல்ல,

"போகட்டும்யா! நம்ம எப்பவும் நேர்மையா இருக்கணும். மறைச்சோம்ன்னா நமக்கே கெடுதலா வந்து முடியும்! இன்னொரு ஹோட்டல் வைச்சு எப்படியும் பொழச்சுக்குவோம்யா!"

போலீஸ் வர பின் நடந்ததெல்லாம் பொற்குவியல்.

"யாருய்யா கொன்னது?" என்று ஆரம்பித்த போலீஸ் தலையைப் பார்த்து அது கார்கோடகன் என அறிந்ததும் உச்சபட்ச அதிர்ச்சியைக் கொண்டது.

ஒரு இண்டர்நேஷனல் குற்றவாளி நம்ம ஊரிலா? அப்படியே கொலை செய்தவனைப் பார்க்க அவன் பழைய கைதி என அறிந்தார். அதே நிலையில் தான் கை வைத்து அந்தத் தலையையே வெறித்துப் பார்த்துக் கொண்டிருந்தான்.

டாக்டர் வந்தார். செக் பண்ணினார். முடிவில்

"மறை கழண்ட கேஸ் சார். வெட்டப் பட்ட தலையோடு இரத்தமும், சதையுமாய் தனித்து இருந்ததில் மூளை மரத்துப் போச்சு. இனி இவரும் ப்ரயோஜனமில்லை!" கை விரிக்கக்

கொலை எப்படி நடந்தது எனத் தெரியாமலே தலையின் கேஸ் மூடப்பட காட்டிக் கொடுத்ததற்காய் சங்கர பாண்டிக்கு இரண்டு கோடியும், விஷயம் கண்டறிந்த போலீஸாருக்கு அவார்டும், ரிவார்டும் கிடைக்க, ஆசாமியும், தலையும் போலீஸுடன் பயணப்பட, பல ரிசார்ட்டுகள் பூத்திருந்த ப்ரதேசத்தில் புதிதாய் பூத்த "பெருந்தலை" ரிசார்ட்டில் சிரித்துக் கொண்டே விளக்கேற்றினார் சங்கரபாண்டி.

"வீரா! இனி நோ சந்திராஷ்டமம்! எந்நேரமும் பொன் நேரமே!" சிரித்தனர் மூவரும்!

தலை தலையா முந்திரிக்கா!

நேரம் மதியம் 12 மணி. அறை எண் : 2828. ஹோட்டல் ப்ரூக் ஷெல்டனின் இருபத்தியெட்டாவது மாடி.

அறைக்குள்ளிருந்த அவனின் முகத்தை வெயிட்டரால் நேருக்குநேர் பார்க்க முடியவில்லை. சமநிலையில் இருக்க வேண்டிய படுக்கையை தனக்கு சாய்மானம் வேண்டி சற்று உயர்த்தி வைத்திருந்தான். ஒரு கையில் சிகரெட்டும், ஒரு கையில் வெட்டப்பட்ட தலையுமாய், தீவிரமாக அத்தலையை வருடிக் கொண்டிருந்தான்.

வெயிட்டருக்குப் பயம் கண்ணில் தெரிந்தது.

"தினம் அந்த தலையுடன், இந்தாளோட கூத்து தாங்க முடியலையே! ஒண்ணும் பேசவும் மாட்டேங்கறான். கொலை, கிலை பண்ணிட்டு இங்க வந்து கிடக்கானா ? பைத்தியமா? இவன் ரூமுக்குன்னு என்ன அனுப்பிடறாங்க! நமக்கேன் பொல்லாப்பு! தாராளமா டிப்ஸ் தரான்! ரைட்டேய்! "

கண்ணோடு மூளையையும் கசக்கி விட்டு உற்றுப் பார்த்தான்.

"உத்துப் பார்க்கறான்!"

தலை பேசிற்று!

"ம்! கவனிச்சேன்! ஆளு குழம்பிப் போய் கிடக்கான்!"

"பின்ன! நீ பண்ற அழும்புக்கு, ஊரடங்கில கிடக்கற பரட்டைத் தலையாட்டம் என்னை வைச்சுகிட்டு,. நானா

இருக்கக் கொண்டு உன்கிட்ட துணிஞ்சு தலையை கொடுக்கறேன்!"

"அதான் வெட்டிட்டேனேடா!"

"ஆனாலும் பேசுவோம்ல! என் கழுத்தைச் சுத்தி என்னத்த கொட்டி வைச்ச? நிஜ ரத்தமா? என்ன வகை? ஆனா நான் எப்பவும் பி பாசிட்டிவ்! தெரியுமா உனக்கு?"

"போதும் உன் சுய பிரதாபம்! அடக்கியும் அடங்கலல்ல நீ!"

கையில் இருந்த சிகரெட்டை தலை பார்த்துக் கொண்டிருக்கும் போதே அதனருகில் இருந்த ஆஷ்ட்ரேயில் நசுக்கி விட்டு எழுந்தான் அவன் அசுரன். ஆம். ! அவன் பெயரே அசுரன் தான்.

ஒரு மாறுதலுக்கு அடங்காத துஷ்டர்களை சம்ஹரிப்பவன். எல்லா ரௌடித் தலையும் இவன் கைக்குத் தான் அகப்படும். வெட்டினா தலை தான்,வேறு எதையும் வெட்டுவதில்லை என்ற கொள்கையே வைத்திருந்ததால் ரேட்டும் அதிகமே.

*

"கொரோனா ஆதிக்கத்தால் இன்றோடு மூன்று மாதம் அறையில் அடைபட்டு. சொந்த ஊருக்கும் போக முடியாம என்னங்க இது?" தன் பிரத்யேக செல்போனில் யாரிடமோ குறைபட்டுக் கொண்டிருந்தார் விஸ்வம்.

அவர் போலீஸில் உயர்பதவியில் இருந்து ரிடையர் வயது வந்தும் ஆகாமல் அவ்வப்போது கேஸ்களை கண்டுபிடிக்க உதவுபவர். தன் உறவினரைப் பார்க்க மும்பைக்கு

வந்திருந்தவர் அதே ஹோட்டலில் அறை எண் 2829ல் இருந்தார்.

"மிஸ்டர் விஸ்வம்! நீங்க இன்னும் இளமையா இருக்கறதுக்கு உங்க சுறுசுறுப்பான மூளையே காரணம்ன்னு நினைக்கிறேன். நீங்க என்ன சொல்றீங்க?!" மறுமுனை சிரித்தது.

"உங்களை மாதிரி இளமையான நண்பர்களும் தான் ப்ரசாத். சக உத்தியோகஸ்தர் இப்படி இளமையா, புத்திசாலியா இருக்கும் போது , நானும் கூட கொஞ்சம் ஸ்மார்ட்டா தெரியறதுல சந்தேகம் என்ன?!"

"ஹா ஹா! என் கேள்விய என்கிட்டயே திருப்பறீங்களே! பலே!"

"ஸ்மார்ட் பாய்ஸ் ஆல்வேஸ் ஹேவ் ஸ்மார்ட் ஆன்ஸர்ஸ்!" சிரித்தார் விஸ்வம்.

"ஒத்துக்கறேன் சார்! ஒத்துக்கறேன். சும்மா இருக்கற ஆளு நீங்க இல்லையே. இந்நேரம் ஒரு பட்சி மாட்டி இருக்கணுமே!"

"மாட்டி இருக்கே! ஒரு வெயிட்டர்!"

*

அறை எண் : 2828

தலை இன்னும் அதே நிலை தான். சாய்ந்த நிலையில் அமர்ந்திருந்தவன் சற்று நடக்க ஆரம்பித்து இருந்தான். உள்ளே நடுங்கிய படி நின்ற வெயிட்டரைப் பார்த்து,

"என்ன மேன்! இன்னும் நிற்கிற! என்னை வேவு பார்க்கறியா?"

"இல்ல சார்! சாப்... பா... டு. !"

"வைச்சுட்டு போக வேண்டியது தானே! ஒளிஞ்சு ஒளிஞ்சு பார்க்கற. நாங்க பேசறதக் கேட்கற!"

"கொலை பண்ணிட்ட தலை எப்படி சார் பேசும்?" கண்களை அகல விரித்தான் வெயிட்டர்.

"அதையும் பார்த்துட்டியா?" அசுரன் அசுர விழி விழிக்க, நடுங்கிப் போனான் வெயிட்டர்.

"நான் எதையும் பார்க்கலை சார்! இந்த ரூமுக்குள்ளயே நான் பார்த்தத விட்டுட்டேன் சார்! என்னை விட்டுடுங்க! நான் புள்ள குட்டிக் காரன்!"

"ம்ம்! அப்படி இரு!. லன்ச் எனக்கு போதும். கொறிக்க ஒரு ப்ளேட் சில்லி கேஷ்யூஸ் எடுத்துட்டு வா! இந்தா உன் டிப்ஸ்!" எனத் தாராளமா ரூபாயை வைத்தான் அசுரன்.

கும்பிடு போட்டு நகர்ந்த வெயிட்டர் சென்றதும் இடி இடியென்று சிரித்தவன் அந்த தலைப் பக்கம் அப்படியே சென்று ஆசையாய்த் தடவிக் கொடுத்தான். டேபிள் லேம்ப் மாதிரி சமர்த்தாய் வீற்றிருந்தது அது.

*

ஹோட்டல் ப்ரூக் ஷெல்டன் ரிஷப்ஷன் அன்று பரபரப்பாய் இருந்தது. இது நாள் வரை அறை எண் 2828 அந்த வெயிட்டருக்கு பழகிப் போயிருந்தது. அவன் எதையும் வெளியில் சொல்லாது தாராள டிப்ஸிலேயே மனதைச் சமன்செய்து கொண்டிருந்தான்.

ஆனாலும் கீழே ரிஷப்ஷனில் ஒரு காது வைத்திருந்ததில் " கொலை! கொலை! என காதில் விழுந்தது.

வெயிட்டர் முகம் வெளிறிப் போயிற்று. " எனக்குத் தெரிஞ்சது இவங்களுக்கும் தெரிஞ்சுருச்சா! நான் மாட்டுவேனோ?"

ஓடிப் போனான் அறை எண் 2828 க்கு. அசுரன் சாவதானமா முந்திரிப்பருப்பைக் கொறித்துக் கொண்டிருந்தான்(?). அப்படித் தான் இருந்தது. டீப்பாயில் தலை. அதன் அருகே முந்திரிப் ப்ளேட்.

"என்ன இவருக்கு கொலையும், தலையும் முந்திரிப்பருப்பு போலவா?" நடுங்கினான் வெயிட்டர்.

*

வெயிட்டரைக் கவனித்துக் கொண்டிருந்த வேறு இரு கண்கள் விஸ்வமுடையது. ரிஷப்ஷனில் "கொலை! கொலை! என பொய்யாய் ஒரு பதட்டத்தை உருவாக்கி இருந்தார். கண்ணை வெயிட்டர் மீது பதித்து இருந்தார்.

அவனது பதட்டமும், உடல் மொழியும் அவரின் அனுபவத்தில் " சிக்கினான் பட்சி!" எனச் சொல்லியது.

மெல்லத் துப்பாக்கியுடன் 2828 நோக்கிச் செல்ல, அறைக்குள்ளிருந்து,

"ஐயோ பேய்! என அலறும் வெயிட்டரின் குரல்!"

சட்டென்று சும்மா சாத்தியிருந்த கதவைத் தள்ளி " டோண்ட் மூவ்!" எனத் துப்பாக்கியைப் பிடித்தார் விஸ்வம்.

அங்கு அசுரன் தன் தலையைக் கழட்டிக் கொண்டு இருந்தான். அதைப் பார்த்துத் தான் வெயிட்டர் அலறியது.

ஒரு நொடியில் சூழ்நிலையைக் கணித்து விட்ட விஸ்வம் ,.

"ஹா ஹா! ஸ்மார்ட்! வெரி ஸ்மார்ட்!" என்றார்.

வெயிட்டர் டக்கென விஸ்வம் காலில் விழுந்தான்.

"ஐயா! நான் இல்ல! நான் இல்ல!"

"நல்லது நண்பா! அவனும் இல்லை! " விஸ்வம் சிரித்தார்.

"இல்ல ஐயா! அவன் தான். அவன் கொலைகாரன். அவன் பேய்! "

தலையில்லா அசுரனையும், பக்கத்தில் இருந்த தலையையும் பார்த்த விஸ்வம்

"எந்திரிங்க மிஸ்டர்! விளையாட்டு போதும்!"

அசுரன் உள்ளே குனிந்து இருந்த தன் தலையை சட்டைக் காலரெடுத்து நிமிர்த்தினான். அவன் நிஜ தலையை உள்ளே வைத்து பொய்யாய் ஒரு ஸ்பிரிங் தலையை மேலேயிருந்து கழட்டி இருந்தான். வெயிட்டர் திரும்ப வருவதைப் பார்த்து இந்த விளையாட்டை ஆரம்பித்தான்.

சொல்லவும் " அப்போ இந்தத் தலை! " படபடத்தான் வெயிட்டர்.

"இதுவும் மோல்ட் தான்ய்யா! இது நீ கொடுத்த சில்லி சாஸ்!" என ரத்தத்தைத் தொட்டுக் காண்பித்தான் அசுரன்.

"அப்போ தலை பேசினது! "

"நான் தான் அதுவும் பேசினேன். இரு குரலில். மிமிக்ரிய்யா! மிமிக்ரி! (வென்ரிலோக்விசம்)"

என்றவன் விஸ்வத்தைப் பார்த்து

" ம ன்னி ச்சு கோ ங்க சா ர் ! உ ங்க ளை யு ம் டி ஸ்ட ர்ப் ப ண்ணி ட்டே ன் , இ ந்த ஊ ர ட ங்கா ல ரூ மு க்கு ள்ள யே கிடக்கறோமேன்னு ரொம்ப க்யூரியாசிட்டியோட கவனிச்ச வெயிட்டரோட விளையாடிப் பார்த்தேன்.

அடிப்படையில் நான் ஒரு சிகை நிபுணன்! சிகை அலங்காரக் கருத்தரங்குக்கு மும்பை வந்திருக்கேன். இதெல்லாம் என் மாடல் தலைகள். அதில் இரண்டு எடுத்து விளையாட வெயிட்டர் சார் பயந்துட்டார். !"

சிரித்தவன், "வாங்க வெயிட்டர் சார்! உங்க தலையை சட்டைக்குள்ள இப்படி ஒளிச்சு வைச்சுட்டு இதோ இந்தத் தலையை இப்படி எடுத்து மாட்டிக்கிட்டா, இப்ப, நீங்களே உங்க தலையைத் திருகியெடுங்க!"

விஸ்வம் பார்க்க வெயிட்டர் செய்ய,

"ஆத்தி! கொலை! கொலை!" அசுரன் கத்தினான்.

ஆ! ஆவின்

"வாணி! வந்துட்டியாம்மா! சீக்கிரம் குளிச்சுட்டு அலங்காரம் பண்ணிக்கோ! இன்னிக்கு உன்னைப் பெண் பார்க்க வரப் போறாங்க!"

காலையில் நடந்த சம்பவத்தில் இருந்தே வெளிவராமல் உள்ளே நுழைந்தவள் அம்மா திடீரென இப்படி சொல்லவும் அதிர்ந்து போனாள்.

"என்னம்மா சொல்ற ? என்ன திடீர்னு?"

"ஆமாடி தரகர் இப்பதான் சொன்னார். நல்ல இடம், பொண்ணு வேலைக்கு கூட போக வேண்டாம். குடும்பத்தை பார்த்துக்கிட்டா போதும்ன்னு சொன்னார். நான் தான் நாள் நல்லா இருக்கு அதனால உடனே வாங்க அப்படின்னு சொல்லிட்டேன்"

"இருக்கற பத்து பவுனுக்கு விலை பேசிட்டியாக்கும்!'

"பவுன விட நீ தான் வாணி எனக்கு பவுனு. அப்பா இல்லாத குடும்பம். உன்னைக் கரையேத்தினாத் தானே அடுத்தவ சுஜிக்கு வழி.'' அம்மா பலவாறாகச் சொல்லவும் அவள் அரைமனதாகச் சம்மதித்தாள்.

"ஆனால் எனக்கு இந்த கண்டிஷன்லாம் இருக்கும்மா, பையனுக்கு முரட்டு மீசை இருக்கக் கூடாது. மீசை இல்லாமலும் இருக்கக் கூடாது. பையன் முரடனா இருக்கக் கூடாது. அப்பாவியா அடி வாங்கறவனாவும் இருக்கக்

கூடாது. அடியாளாவும் இருக்கக் கூடாது. ஆபீஸ் இண்டர்வியூ க்குப் போறவனாவும் இருக்கக் கூடாது"

"என்னடி வாணி இது ? மணல் கயிறு படம் மாதிரி?"

இதையெல்லாம் கேட்டுக் கொண்டு வந்த சுஜி, "மொத்தத்தில் ஆவின் பஸ்ஸ்டாப்புல சண்டை போட்ட ஆளா இருக்கக் கூடாது, அவ்ளோ தானே அக்கா?" அம்மா பயந்தாள்.

"என்னடி சுஜி சொல்ற? வாணி , உன்னை யாராவது சீண்டினாங்களா?"'

"இல்லம்மா! ஒரு முரடன் இண்டர்வியூ க்கு வந்த ஒருத்தனைப் போட்டு அடிச்சு, எதுக்குன்னே தெரியலம்மா. நான் பயந்து போய் பார்த்தேன்"

"உன் கிட்ட வந்தானா?" அம்மா பதறினாள்.

"அந்த முரடன் ஏதோ சொன்னது மாதிரி இருந்தது. பயத்துல எனக்குக் காது அடைச்சிருச்சும்மா!" சொல்லும் போதே உடம்பு நடுங்கியது வாணிக்கு.

"என்னடீது? இன்னிக்குன்னு பார்த்து, சுஜி நீ எங்க பார்த்த இதை? "

"அக்கா பின்னாடியே நானும் காலேஜ்க்கு கிளம்பினேனே. அக்கா பத்திரமா பஸ்ல ஏறின பின் தான் நான் நகர்ந்தேன்"

"அம்மா! அது போகட்டும்! ஸ்டிரிக்டா என் கண்டிஷனச் சொல்லிடு!

அதுக்கு ஒத்து வந்தா மாப்பிள்ளை பார்க்க வரலாம்!" அம்மா தரகருக்குப் போன் பண்ணினாள்.

வந்தவன் இளம் மீசைக் காரன். வளர்ந்து வரும் தொழிலபதிராம். பெண்ணைப் பிடித்து விட்டது, தனியே பேசணுமே எனக் கேட்க,

"நீங்க, நீங்க, பஸ்ஸ்டாப்பில், அடியாளாய்!" திணறினாள் வாணி.

"அடியாள் இல்ல அம்மணி. அசலூரான் நான். காலையில உன்னைப் பார்த்ததும் பிடித்து விட்டது. என்னைப் போல் அந்த பையன், அதான் உன் பக்கத்தில் வந்து நின்றானே, அவனுக்கும் உன்னைப் பிடித்து இருந்தது போல. உன்னைப் பார்ப்பதற்கு முன் தன் நண்பனிடம் சொல்லிக் கொண்டிருந்ததை நான் கேட்க நேர்ந்தது,

எத்தனை நாளா பார்த்துக்கிட்டே இருப்பது? இன்னைக்கு இரண்டிலே ஒண்ணு! லவ்ன்னா லெட்டர், இல்லேன்னா இந்த ஆசிட்! நீ சம்பந்தப் படாதப்பவே ஆசிட்னா, என்ன மாதிரி தப்பான பையன்னு தொடர்ந்து வந்தேன். உன்னை நெருங்கும் முன் விட்டேன் ஒரு அறை, ஈவ் டீசிங் என போலீஸில் ஒப்படைத்தேன்!"

அதிர்ந்தாள் வாணி. தனக்குப் பின்னர் இத்தனை நடந்திருக்கா என்று. "மீ... சை!" திணறினாள் அவள்

"என்ன பண்ண? ஆசையா வளர்த்த மீசைம்மா, அம்மணிக்கு புடிக்காதுன்னு தரகர் சொன்னதும் ட்ரிம் பண்ணிக்கிட்டோம்ல!" சிரித்தான் அவன்.

வெளியே வந்த இருவரையும் பார்த்து கட்டை விரலை உயர்த்திக் காட்டிய சுஜி, "மாமா! எனக்கு ஒரு ஆவின் ஐஸ்க்ரீம்!" என்றாள் குறும்பாக.

தேன்கூடு

அது ஒரு அடுக்குமாடி குடியிருப்பு. ஒவ்வொரு வீடும் விஸ்தாரமாய் மூன்று படுக்கையறை வைத்து கட்டப் பட்டிருந்தது. அதில் ஒரு வீட்டைச் சொந்தமாக்கிக் கொண்டதில் குமார் - பத்மினி தம்பதிகளுக்கு ஏகப் பெருமை.

சும்மாவா! வீட்டின் விலை இன்னிக்கு தேதிக்கு மூன்று கோடி ரூபா. நகரத்தின் முக்கியப் பகுதியில் இருந்தது.

பத்மினிக்கு கழுத்து மட்டும் குறை. இதுவரை எத்தனையோ பேர் வீட்டை வந்து பார்த்து ஆஹா ஓஹோன்னாச்சு. இதற்கென்றே "பந்தா பார்ட்டிகள் " வைப்பவள் அவள். என்னிக்கோ முடிஞ்சு போன கல்யாண நாளாவோ, இல்லை பிள்ளைகளின் பிறந்த நாளாவோ இருக்கும்.

இவ்வளவு ஏன்? தன் வீட்டு பால்கனிச் செடி பூப் பூத்தாலே பார்ட்டி வைப்பவள், பின்ன, பூவோட வரலாற்றைச் சொல்ல வேண்டாமா?

அப்படிப்பட்ட அவளுக்குத் தான் கழுத்து மட்டும் குறை. குமார் அவளையே யோசனையாகப் பார்க்க

"இந்த முறை நீங்க நேரயே போய் கூட்டிண்டு வாங்க! எத்தனை முறை அத்தையை கூப்பிடறேன். ஏனோ வரவே மாட்டேங்கறாங்க!"

"பத்மினி! கிராமத்துல தனி வீடு, ஆளு, அம்புன்னு பழகிட்டாங்க அம்மா. இங்க எப்படி வருவாங்க?"

"அத விட இது பெரிய வீடு. இத கம்பேர் பண்ணும் போது அது குருவிக்கூடுங்க. அதெல்லாம் போய் நின்னா வந்துடுவாங்க! கிளம்புங்க!"

அவளுக்கு மாமியார் வருவதைக் காட்டிலும் தன் வீடு காட்டப் பட வேண்டும் என்பதே முதல் காரணமாக இருந்தது.

பிள்ளைகளும் வற்புறுத்தவே குமார் சென்று இரணடே இரண்டு நாளாவது எங்க ஆசைக்கு இரும்மா என வற்புறுத்தி அம்மாவை அழைத்துக் கொண்டு வந்து விட்டான்.

வந்து பார்த்தவளின் முகத்தில் பிரமிப்பைத் தேடி அலுத்துப் போய் விட்டாள் பத்மினி.

"கும்பிடறேன்ம்மா"என விழுந்து கும்பிட்டவள் அதன் பின் வெகு அனுசரணையாக தன் அத்தையைக் கவனித்துக் கொண்டாலும், அவர் வாயிலிருந்து " என்ன மாதிரி வீடு!" என்ற ஆச்சரிய வார்த்தைக்காய்க் காத்துக் கொண்டிருந்தாள்.

மறுநாள் விடிந்தது. கொரொனாவும் குடி வந்தது. ஆச்சு. ஊரடங்கால் அத்தனை பேரும் உள்ளிருப்பு.

"அத்தை! இப்போதைக்கு நீங்க ஊருக்குப் போக முடியாது. ஆண்டவனா பார்த்து உங்கள இங்கயே இருக்க வைச்சுட்டான்!"

"ஆமா பாட்டி! எங்களோட நீங்க வந்து இருந்ததே இல்லையே! ஜாலி!" இது பேரப்பசங்க.

குமாரும் அம்மா கையை வாஞ்சையாகப் பற்றிக் கொண்டான். எதுவும் பேசவில்லை.

இரு நாட்கள் சென்றன. அடுப்பறையை ஆளத் தொடங்கி விட்டார் அத்தை. தான் அந்த இடத்துக்கு ஒத்துப் போனவுடன் எல்லோருக்கும் செய்த கை வேலை செய்ய ஆரம்பித்து விட்டது.

"அத்தை! இவ்ளோ பெரிய வீடு தேவையா இருக்கு அத்தை! உங்களுக்குப் பிடிச்சிருக்கா? ஒண்ணுமே சொல்லலையே நீங்க?" மெல்ல பேச்செடுத்தாள் பத்மினி.

அதற்குள் எங்கிருந்தோ

"டொம் டொம்" என சத்தம் ஆரம்பித்து ஒரு மணி நேரம் நீண்டதில் அத்தை சிரித்த படி நகர்ந்து விட்டார்.

"அது ஒண்ணுமில்லத்த! கீழ் வீட்டுப் பெண் டான்ஸ் கத்துக்கறா. தினம் ஒரு மணி நேரம் இப்படித் தான் வீடு அதிரும். ஹி ஹி!"

"ஓஹோ!"

"இது மொத்தம் ஐந்து வீடு அத்தை! எல்லோரும் ரொம்ப பணக்காரங்க! அசோஷியேஷன் உண்டு. தலைவர் மேல் மாடிக் காரர். பாருங்க. நான் அவருக்கு அசிஸ்டெண்ட்" மாமியாருக்கு வீட்டைப் பத்தி புரிய வைக்கும் வேகத்தில் இருந்தது அவள் பேச்சு.

"நல்லதும்மா! நீயும், குமாரும் சந்தோஷமா இருந்தா வேறென்ன வேணும்?"

நாட்கள் கடந்தன. பிள்ளைகள் ஆளுக்கொரு ரூமில் ஆன்லைன் வகுப்பில். குமார் தனது பெட்ரூமில் ஆபீஸ் வேலை, அதுவும் ஆன்லைனில். வேலைக்காரப் பெண்

பாத்திரம் தேய்த்துக் கொண்டிருக்க, மருமகள் பத்மினி ஹால் சோபாவில் தலகாணியை வைத்து

"கொஞ்ச நேரம் படுத்துக்கோங்க அத்தை. அவங்க எல்லாம் ஆளுக்கொரு ரூமில் பிஸி. நாம உள்ள போனால் அவங்களுக்குத் தொந்தரவு. கேமரால பேசிக்கிட்டு இருப்பாங்க. நீங்க சித்த படுத்து எந்திரீங்க. நான் இந்த சீரியல மட்டும் பார்த்திடறேன்!" தனது சோபாவை இழுத்து டிவி பக்கம் போட்டுக் கொண்டாள் பத்மினி.

"ஏம்மா பத்மினி! இங்க பால்கனில இருந்து பார்த்தேன். அதென்ன மூலையில மேடாட்டம்? அதுல நிறைய பூவ வேற தினம் கொட்டி, எதுவும் சித்த சமாதியா? கோவில் இடமா இது!"

"ஹய்யோ அத்த! உரக்கப் பேசாதீங்க. உள்ள வேலை செஞ்சுகிட்டு இருக்கற தாயி தான் இங்க மூணாம் மாடிக்கும் போட்டுக் கொடுத்தடப் போறாள். அந்தப் பூ எல்லாம் அவங்க வீடு தான் போடறது. தினம் பூஜை பண்ணிட்டு மறுநாள் இப்படி கொண்டு வந்து குமிச்சுடுவாங்க. அது இப்ப மேடாட்டம் உங்களுக்கு தெரியுது"

"ஏன்ம்மா! குப்பையில் சேர்க்கக் கூடாதா? கொசுவ வளர விடறீங்களே!"

"அதான் அவங்கவங்க கொசு வலை அடிச்சுக்கறோமே!"

அத்தையால் படுக்கவே முடியவில்லை. தாயி பாத்திரம் போடும் சப்தம், ஏதோ ஒரு வீட்டில் ப்ளம்பரோ, கார்பெண்டரோ டொக் டொக் என அடிக்கும் சப்தம், உட்கார்ந்து இருந்த வாறே அசந்த சமயம்

டொம்! டொம்! திடுக்கிட்டு முழித்தவரைப் பார்த்து சிரித்த பத்மினி

"அதான் அத்தை! அந்த ஒரு மணி நேர டேன்ஸ், ஹி ஹி!"

தினமும் இப்படியே கழிய அன்று குமார் தன் ஆபீஸ் ரூமாம் பெட்ரூமுக்குள் நுழையும் முன்,

"குமார்! இன்னிக்கோட ஊரடங்கு முடியுதுப்பா. நான் கிராமத்துக்கு கிளம்பறேன். "

“ஏன்மா! இருங்க!"

"இருங்க அத்தை! இந்த மாதிரி வீடு கிராமத்தில்லாம் இல்லைல்ல. இதெல்லாம் இங்க தான் பார்க்க முடியும் அத்தை!"

"ஆமாம்மா! இங்க தான் பார்க்க முடியும்! பார்த்தாச்சு. கிளம்பறேன்!" பதில் சொன்னாள் மாமியார்.

"வீடு எப்படின்னு சொல்லவே இல்லையே அத்தை?" கிளம்பிய மாமியாரை கைபிடித்துக் கேட்டாள் பத்மினி.

"நாலு பக்க மத்தளம் நடுவிலொரு தேன்கூடு. நாட நாக்குண்டோ? நமக்கில்லை! நமக்கில்லை!” அத்தை சொன்னது அது அர்த்தமுள்ளது. பத்மினி தெளிந்தாள்.

"தனக்குப் பிடிக்க வில்லை!" என்று நாசுக்காகச் சொன்ன அத்தைக்கு விடை கொடுத்தாள்.

தெய்வம் எங்கே?

"குமாரு! இன்னிக்கு தேனூத்து சோசியரு வரச் சொல்லி இருக்காருப்பா. போவோமா? " கருப்பு மாமா தன் தோளில் இருநத துண்டை சரியாக போட்ட படி கேட்டார்.

"ஏன் மாமா? போனா எங்குறையெல்லாம் தீர்ந்துருமா?"

"பின்ன? தீராம? அவர் சொன்னா சொன்னது தான்ப்பா. பரிகாரம் சொன்னாப் பண்ணிட்டுப் போவோம்,"

"இது வரைக்கும் எத்தனை சோசியரு? எத்தனை பரிகாரம்? ஒண்ணும் நடக்கலையே மாமா? செஞ்சு வைச்ச குதிரு நிரம்ப வேணாம். ஒரு குந்துமணி நெல்லுக்கே அல்லாடறேன், நிலையான வேலை கிடைக்குமா மாமா?"

"கிடைக்கும் குமாரு. உன் சாதக தோஷம் உன்னைப் பாடா படுத்துது. இந்தத் தேனூத்துக் காரன் உன்னை ஜெயிக்க வைச்சுடுவாரு. வெரசா கிளம்பி வா!" கருப்பு மாமா வாசலை நோக்கி நடந்தார்.

கருப்பு மாமா இந்த ஊரில் எல்லோருக்கும் மாமா தான். அத்தனை பேருக்கும் உதவுவார். காசா பணமா , கருத்து தானே கேட்கறாக, சொல்லிட்டுப் போறேன்னுவார். குமார் தன் மனைவியுடன் இந்த ஊருக்கு வந்த பொழுது என்னப்பா! ஊருக்குப் புதுசா என்ற கேள்வியோடு வந்து நின்றவர் இன்று வரை எதற்காவது உதவிக் கொண்டு தான் இருக்கிறார்.

"ஏம்பா குமாரு! கேட்கறேனேன்னு தப்பா நினைக்காத. இன்னிய வரைக்கும் எப்படிப்பா வீட்டுச் சாமியப் பத்தி தெரியாம இருந்த?"

வயக்காட்டு வரப்பில் நடந்த படி கேட்டுக் கொண்டிருந்தார். வரப்பைக் கடந்து தான் ரோடு. எட்டு மணி பஸ்ஸைப் புடிச்சாத் தேனூர் அரை மணிப் பொழுது தான். இரு பக்கமும் வயல் பச்சை பசேலென அணை போட அவர்கள் நடக்கும் வரப்பு சற்று உயர்ந்து இருந்தது பார்வையில் பார்த்தாயா என் பயிர்ப் பிள்ளைகளை என தலை நிமிர்த்திப் பெருமையுடன் அந்த வரப்பு பார்ப்பது போல் இருந்தது குமாருக்கு. தலை குனிந்து நடந்தான்.

கருப்பு மாமா அவனைத் திரும்பிப் பார்த்தார். கேட்ட கேள்விக்குப் பதில் வரலையே என்ற தொனி அதிலிருந்தது.

"என்ன கேட்டீய மாமா? வீட்டுச் சாமியா? பெயர் தான் தெரியாதே ஒழிய வீட்டுல ஒரு சாமிப்பொட்டி இருக்கும். ஓலைல பின்னியிருப்பாக. அதை வைச்சுப் படையல் போட்டு கும்புடுக்குவோம். சாமி பேரு தான் தெரியாது. அது தெரிஞ்சா நேரய போய் கும்புட்டுட்டு வரலாம். இந்த சோசியரு மை போட்டு பாப்பாருன்னீங்க, கேட்டுப் பார்ப்போம்"

"ஆமா குமாரு, வா ஓடியா, பஸ் நிக்குது பாரு!"

தேனூர் சோசியர் வீட்டில் நல்ல கூட்டம். பணம் தட்டு தட்டாய் கொடுக்கப் பட்டது. இருப்பவங்க கொடுப்பாங்க. இல்லாதவங்க இதோ இப்படி உதவுவாங்க என தன்னைக் காண்பித்துக் கொண்டார். மாமா சொல்வது குமாருக்குப் புரியவில்லை.

"அதான்ப்பா, இவரப் பத்தி நாலு பேர்ட்ட சொல்றது, சனம் கூடுமில்ல!"

"ஓஹோ!" திண்ணையில் அமர்ந்து கொண்டனர்.

சன்னல் வழி பார்த்துக் கொண்டிருக்கையில் சின்னப் பையன் ஒருவன் வந்து கூப்பிட்டான். "உங்க முறை வந்தாச்சுங்க! உள்ளாற வாங்க!"

சின்னத் தட்டில் வெத்தலை பாக்கு ஐநூத்தியொன்ன வைச்சு பவ்யமா நீட்டினார் கருப்பு மாமா. சோசியர் இரு புருவ மத்தியில் மை தீற்றலோடு கண்ணை மூடி ஜெபித்தவாறு தட்டை வாங்கிக் கொண்டார்.

தீர்க்கமாய் குமாரைப் பார்த்தவர்,

“ஆத்தாளத் தொலைச்சுப்புட்டு தேடறியோ?" வார்த்தைகளில் கனம் தெறித்தது.

அதன் கனம் புரிந்தும் புரியாமலும் நிமிர்ந்து பார்ப்பதற்குள் கருப்பு மாமா அவன் தோளைத் தொட்டார்.

"என்ன விஷயமா பார்க்கன்னு சோசியரு தாளனுப்பிக் கேட்டப்ப,நான் தான் குலதெய்வத்தத் தேடற விஷயம்ன்னு எழுதிக் கொடுத்தேன், அத்த தான் கேட்கறாரு!"

புரிந்து கொண்டான் குமார்.

"ஆமா சாமி! எங்க வீட்டு தெய்வம் யாருன்னு தெரிஞ்சா படையலப் போட்டு கும்புடுக்குவேன். வாரிசத்த தரிசு நிலமோன்னு எனக்குள்ள ஒரு குறுகுறுப்பு. வம்சம் விளங்கணும்ன்னா உன் குலசாமியக் கும்பிடுன்னார் எங்க ஊருப் பெரியவரு. அதான் எவருகிட்ட கேட்கறதுன்னு

தெரியாம கிடந்து அல்லாடி உங்க கிட்ட கேட்க வந்தேன். வெத்தலைல போட்டுப் பார்த்தீங்கன்னா,"

"ம்ம்ம்!"

சில பல கட்டங்கள் போட்டார். சோழிகள் போட்டு எண்ணிக்கை பார்த்தார். கண்ணை மூடி கணக்கிட்டவர் சொன்னார்.

"வம்சம் விளங்கும்ப்பா!"

"சாமி! நல்ல வாக்கு சொன்னீங்க!பரிகாரம் எதாச்சும்?"

"ம்ம், பரிகாரம் ஒண்ணு தான், உன் குல தெய்வத்தக் கண்டுபிடி, அது ஒரு பெண்தெய்வம்!"

"எங்கன இருக்கு? எந்த ஊரு எதுவும் தெரியாதே சாமி!"

அதற்குள் கருப்பு இடையிடுகிறார்.

"தம்பிக்கு அது தான் பெரிய குறை,"

மறுபடி கட்டக் கணக்கில் ஆழ்ந்தார் சோசியர். வெற்றிலையில் மை தடவி உன்னித்தார். பின் சன்னதம் வந்தவரைப் போல சொன்னார், "இங்க தான் பக்கம் தான், இங்கன இருந்து வடக்கால அஞ்சு கிலோமீட்டருல, சுத்திப் புதரோட ஒரு கோவில். அங்க இருக்கு உன் வம்ச விருத்திக்கான குலசாமி. போய்ப் பாரு! இன்னொரு விஷயம், கோவில் இடிபாடாக் கிடக்கு. புனருத்தாரணம் நீ தான் செய்யப் போற. அதுவரை உன் குலசாமி உன் வீட்டுல தான் இருக்கணும். கிளம்பு!" கும்பிட்டு வெளியே வந்தனர்.

வீடு வரும் வரை இருவரும் பேசிக் கொள்ள வில்லை. வீட்டை அடைந்து ஆசுவாசம் கொண்டதும்,

குமாரின் மனைவி மேகலை மெல்ல விசாரித்தாள். "கருப்பு மாமாவைக் கேளு விவரம் சொல்லுவாரு!" குமார் உள்ளே சென்று அந்த ஓலைப் பெட்டியை விழுந்து கும்பிட்டான்.

விபரம் சொன்னவர்,

"நீ போட்ட கோட்டுல ரோடு போட்டுருக்கேன். பார்ப்போம்!"

"ம்ம்! பார்த்துட்டு வந்த நாள் முதல் மனசு அரிச்சுக் கிடக்குன்னு தான் அவருக்குத் தெரியாம உங்க கிட்ட விஷயத்தப் பகிர்ந்தேன். ம்ம்ம். அவரு வராரு. அப்ப நாளைக்கு காலமனயே வந்துருங்க!" மேகலை விடை கொடுத்தாள்.

விடிந்தது,

இவர்கள் போய் சேர்ந்தபோது இன்னும் கோவில் திறக்கப் பட வில்லை. மேலே பெயரைப் படித்தான். சாலாச்சியம்மன் என்றது பெயர்ப் பலகை.

சாலாச்சி, படிக்கும் போதே கண்ணில் கண்ணீர் உருண்டு திரண்டது அவனுக்கு. மேகலை காணாது மறைத்துக் கொண்டான். ஆனாலும் மனதுக்குள் அந்த அதிர்வு எழுப்பிய வேகம் மனம் பின்னோக்கிப் போனது.

"ஒத்த வீடு வைச்சிருக்க! அதிலும் ஓட்டு வீடு. அதுவும் ஒழுகுது. இந்த வீட்டப் பாத்து எந்த இளவரசி வரப் போகுது எனக்கு. சும்மா அழுவாத! அப்பனில்லாம வளத்த தான்! படிக்க வச்ச தான்! அதுக்காக உம் பின்னாடியே சீலையப்

புடிச்சுக்கிட்டுத் திரியணுமா? தோ! பாரு! எனக்கு மேலத்தெரு வட்டப்பன் மக மேகலாவ புடிச்சிருக்கு. உன்ன மாதிரி பட்டிக்காடெல்லாம் அந்தப் பக்கம் வரத் தோதுப் படாது, என்ன சொல்ற? நான் அவுக வீட்டுக்குப் போயிடவா? இல்ல இந்த வீட்ட எனக்குத் தந்துடுறியா?"

மகன் பேசி முடித்ததும் எழுந்த சாலாச்சி ஒரு பேச்சும் பேசினாள் இல்லை. சில துணிமணிகளோடு வெளிக் கிளம்பியவள் பிறகு குமாரைக் காண வரவே இல்லை.

சாலாச்சி நினைவு வந்தது குமாருக்கு.

கோவில் வாசலில் அமர்ந்து கொண்டனர்.

"மேகலா! சின்னமனூரை விட்டு இந்த ஊருக்கு வந்து மூணு வருஷம் இருக்குமா?" கருப்பு மாமா கேட்டார்.

"இருக்கும் மாமா! அங்க தான் என் பொறந்த வீடு! புகுந்த வீடு எல்லாம் இருக்கு. பொழப்புக்காக இந்தூரு வந்தோம். வந்ததுக்கு ரெண்டு கம்பெனி மாறி இதோ இப்ப தான் இந்த உரக் கம்பெனி. வாய்க்கும் வயித்துக்கும் ஏன் வாடகைக்கும் சரியா இருக்கு. ஊர் பக்கம் போகணும்னாலே இவருக்குக் கசப்பு!"

"ஏன்மா? ஏன் கசப்பு?"

மேகலை குமாரைப் பார்த்தாள். சொல்லவா என்பது போல,

"ஊர்ப் பேச்சு கேட்க முடியாமத் தான் மாமா வெளியேறி வந்தோம்!" குமாரே சொன்னான்.

"ஏன்?"

"பொறவு? பெத்தவளை விரட்டினா?" குமாருக்குக் குரல் தடுமாறியது.

"கலங்காதீய! நம்ம குறை தீந்துரும். அங்கன பாருங்க சாலாச்சியாத்தா! நம்ம குறையத் தீர்க்கத் தான் படியிறங்கி வரா!" மேகலை எழுந்து ஓடினாள்.

ஒரு வேளை பூஜை மட்டுமே நடக்கும் அந்தக் கோவில் மாடப படியில் இருந்து இறங்கிக் கொண்டிருந்தாள் சாலாச்சி. அங்கு அவளே சாமி. அவளே பூசாரி. அவளே குமாரின் தாய்.

தெய்வம் கிடைத்து விட்டது.

தாகம்

"தாகம்! தாகம்!" என்று தலைவிரி கோலமாக ஆடியது அந்த இடுகாட்டு மரம்.

"வேர்ல நீரு ஊத்தியிருக்கேன் தாயி! இதோ இப்ப உன் தாகம் தீர்ந்துரும், உம் மவன் வர்ற நேரமாச்சே! அதுக்கான தாகமோ இது? அதன் காலடியில் வந்து படுத்தால் தூங்கிப் போகும் தன் மகனைத் தான் வேடிக்கையாக மரத்தின் மகன் என்றான் இசக்கி.

வெட்டியான் இசக்கி சொன்ன நேரத்தில் உள்நுழைந்தான் வேலன். நேராகப் போய் அந்த மரத்தின் வேரில் தலை வைத்துப் படுத்துக் கொண்டான்.

"என்னப்பா! போன சோலி முடிஞ்சுதா? படிச்ச புள்ள நீ! எனக்கு ஒத்தாசை பண்றேன்னு இங்க வந்து போயிக்கிட்டு இருக்க! போனியே? இத்தன வருஷமா வெளிநாட்டுல இருந்த அந்த பணக்காரப் பண்ணையாரப் பார்த்தியா? என்ன சொன்னாரு? இங்கன ஆள அனுப்பறாரா? ஒரு நாலஞ்சு ஆளனுப்பினா அத்தனை புதரையும் சுத்தம் செய்ய லகுவா இருக்கும். புல்லும் புதருமா வர்ற சனங்க போனவங்களை விட அல்லல் பட வேண்டி இருக்கு. ம்ஹூம்! அந்த மரத்தடில படுத்துட்டியா, இனி தூக்கம் தான், உறங்கி எழு!

இசக்கி மம்பட்டியை எடுத்துக் கொண்டு தானே ஒரு பகுதியை சுத்தம் செய்ய ஆரம்பித்தான்.

வேலன் இந்த இசக்கி எடுத்து வளர்த்த மகன். கல்யாணம் ஆகி கணவனை இழந்து கைக்குழந்தையுடன் ஆதரவு தேடி ஊருக்குப் புதிதாய் வந்த நாயகியை, வேலை தருகிறேன் எனக் கூறி பண்ணையார் துவம்சம் பண்ண, அதிர்ச்சியில் மயங்கியவளை மயக்கம் என நினைத்து ஓடியதை இருகண்கள் சாளர வழி பார்த்துத் திகைத்தது. அது பண்ணையாரின் மூன்றாவது மனைவி பத்மினியின் உடையது. எத்தனை மனைவியர் ஆனாலும் பண்ணையாருக்கு வாரிசு என்பதே இல்லை.

"ஐயோ! இவள் குழந்தையோடு என்கிட்ட வந்தவள் ஆச்சே, தனக்கு நெஞ்சு பலகீனமா இருக்கு, கடின வேலை செய்ய முடியாது. வீட்டு வேலை எதனாக் கொடுங்கம்மான்னு வந்து நின்னாளே,. இப்ப என்ன செய்யும் அந்தக் குழந்தை எனப் பரிதவித்து வீட்டுத் திண்ணையில் கிடந்த குழந்தையை எடுத்துக் கொண்டு பத்மினி ஓடி நின்ற இடம் இசக்கியின் வீடு.

"இசக்கி! இப்போது தானே உன் மனைவிக்குப் பிள்ளை பிறந்தது, இதோ இக்குழந்தையும் இனி உன் குழந்தையே. யாருக்கும் தெரிய வேண்டாம். ரகசியம்! ரகசியம்!" ஓடியே விட்டாள் அவள்.

சற்று நேரம் கழித்து வீட்டுக்குத் திரும்ப வந்த பண்ணையார் நாயகி இறந்து விட்டாள் என உணர்ந்து தன் மனைவி பத்மினிக்குக் கூட தெரியாமல் நேரே கொல்லைப்புறம் வழி சென்றார்.

மறுநாள் விடிகிற வேளையில் இசக்கியிடம் வந்து நின்றார் பண்ணையார்.

"இந்தாப்பா பணம்! பத்து நூறு! வைச்சிக்க.

அனாதப் பொணம்! கேட்க நாதி இல்ல, சாலைல எவனோ அடிச்சுப் போட்டதுல முகம் சிதைஞ்சு கிடந்துச்சு. தன்னால போய்க் கிடந்ததப் பார்த்துப்புட்டு வண்டில போட்டு எடுத்துட்டு வரேன், ஊருக்குப் பெரிய மனுஷன் நானு! இந்த உபகாரம் கூட செய்யலேன்னா எப்படி? ஹான்! என்ன நான் சொல்றது? புரியுதா?"

தான் பெரிய மனுஷன், பணத்தால் வாயைக் கட்டிப் போடுபவன், அதனால இது ரகசியம் எனச் சொல்லாமல் சொன்ன பண்ணையாரின் பேச்சு இசக்கிக்குப் புரியாமல் இல்லை.

நேத்து இவர் பொஞ்சாதி வந்து ரகசியம் ரகசியம்ன்னு பிள்ளையக் கொடுத்திச்சு, இப்ப இந்த மனுசன் வந்து ரகசியம் ரகசியம்ன்னு பொணத்தக் கொடுக்கறான், கூட்டிக் கழித்துக் கணக்குப் போட்ட விடையில் நிமிர்ந்தான் இசக்கி.

வேலன் என்று தான் பெயர் வைத்த அந்தக் குழந்தையின் அம்மாவாகத் தான் இருக்கும் என யூகித்து அவ்வப்போது அதைப் புதைத்த மரத்தடியில் குழந்தையை இட்டு வருவான். அந்த மரமும் தாலாட்டும். இன்று வரை தொடரும் பந்தம் அது.

அதன்பின் பண்ணையார் குடும்பத்துடன் வெளிநாடு சென்று விட்டதாகப் பேச்சு. இசக்கி கண்டதில்லை.

"அம்மா! அம்மா!" அரற்றினான் வேலன் இன்னும் அந்த மரத்தடி தான். நல்ல தூக்கம். மரத்தில் தெரிந்த விகார முகத்தில் பயந்தான்.

"நீ என் அம்மாவாயிற்றே! இசக்கி ஐயா சொல்லிச்சே!" குழறலான அவன் பேச்சில் இசக்கி திடுக்கிட்டு அவன் பக்கம் உட்கார்ந்தான்.

"தாகம்! தாகம்!" என்றது திரும்பவும் மரம் வேலன் கனவில் வந்து.

“ஏன்ம்மா, விஷயம் சொல்லு. உன் வேதனை தீர்க்கறேன,” மகனாய்க் கேட்டவனை தன் காற்றால் அரவணைத்துக் கொண்ட மரம் பண்ணையாரால் நாயகி தன் வீட்டுக் கொல்லையில் புதைக்கப் பட்டதாகவும், தட்டிக் கேட்ட தன்னை , பண்ணையார் பெரிய பாறாங்கல்லைத் தூக்கிப் போட்டு முகத்தை சிதைத்துக் கொன்றதாகவும் சொல்லியது மரம்.

“அம்மா! அப்போ, எங்க இசக்கி ஐயா சொன்ன பத்மினிம்மா நீங்க தானா?”

"ஆமா! ஆமா! என்னையக் கொன்னுப்புட்டு மாந்திரீகக் கட்டால் தன்னைக் காப்பாத்திக்கிட்டு வரான் அந்தப் பண்ணையார். இன்னிக்கு இங்க வரவைச்சுடு. உள்ள வந்துட்டா எந்தக் கட்டும் தகர்ந்து போயிடும்."

விருட்டென எழுந்தான் வேலன்.

"என்னடா வேலா?" என்ற இசக்கியிடம் விஷயம் சொன்னவன்

ஊர்முழுவதும் தண்டோரா ஒலிக்கச் செய்தான்.

“இத்தனை வருஷமா வெளிநாட்டுல இருந்த பண்ணையாரு இப்போ தன் சொந்தப் பணத்துல நம்ம ஊரு இடுகாட்டைப்

புதுப்பிக்கற பணியில் தன்னை ஈடுபடுத்திக் கொள்ள நாளைக் காலை நேரயே வந்து பணிகளை ஆரம்பிச்சு வைக்கறார். ஊர் மக்கள் எல்லோரும் அவரைத் தொடர்ந்து செய்ய வேண்டியது,"

தண்டோரா பண்ணையார் காதிலும் விழ, அவர் தன் நான்காம் மனைவியுடன் மறுநாள் கிளம்பினார். பத்மினியைப் பற்றி ஊர் கேட்ட பொழுது வெளிநாட்டிலேயே இறந்து விட்டதாகக் கூறி விட்டார்.

"ஏங்க! மாந்திரீகம், கிடக்கு அந்தக் காட்டுலம்பீங்களே?" மனைவி கேட்க

"கட்டாவது, கயிறாவது, எல்லாம் கட்டித் தான் கிடக்குன்னு அந்த கேரளத்து சோசியன் சொல்லிட்டான். உனக்குப் பயமா இருந்தா வராத!" கிளம்பி விட்டார்.

அங்கு இசக்கியிடம் "இசக்கி! இந்தாப்பா பணம்! பத்து நூறு! வைச்சிக்க! முதல் செலவ ஆரம்பிச்சு வைக்கறேன். மிச்சத்துக்கு இதோ இந்த செக்கை வைச்சுக்க! எங்க வேலன்? இந்த புண்ணிய காரியத்தை ஆரம்பிச்சு வைச்சவன்?"

"அதோ இருக்கான் ஐயா! இதை அவன் கிட்டயே கொடுத்திடுங்க" என மரத்தடியைக் காண்பித்தான் இசக்கி.

வெளியில் ஊர்சனம் நிற்க உள்ளே சென்று மரத்தடியில் நின்று வேலனுடன் அதை அண்ணாந்து பார்க்கும் போது தான் அது நடந்தது, யாரோ இழுத்துப் போட்டாற்போல் வேலன் வெளியே கிடக்க பண்ணையார் மேல் மரம் விழுந்து கிடந்தது. தாகம் தீர்ந்தது.

சதங்கை சிரித்தது

கண்ணன் திருவாபரணப் பெட்டிக்குப் பக்கத்தில் ஒரு அழகிய பெட்டியில் இருந்த சதங்கை கலகல என ஒலித்தது.

அது அறியாது நாராயண நாமம் சொல்லி அச்சுதா என முடித்து தன் கையிலிருந்த மணியை ஒலித்தார் ஜனார்த்தனன். பதிலுக்குப் பெட்டியினுள் ஒலித்த ஒலியை அவர் காது உள்வாங்க வில்லை. இந்த தை வந்தால் அவருக்கு வயது ஐம்பது. இன்னும் புத்திர பாக்கியம் இல்லை. இல்லையென்றா சொன்னேன்? அபசச்சாரம்! எதிரில் நிற்கிறானே அவன் தான் பிள்ளை,

"என்னடா கண்ணா இன்னும் என்ன வேண்டும் உனக்கு? சர்க்கரைக் கட்டிக்குச் சர்க்கரைப் பொங்கல் ஆச்சு. நவநீதப் பொன்னாச்சு. உன் பவழ வாய்ச் சிரிப்புக்கு கற்கண்டும் தந்தாச்சு. நாழி ஆகறதோல்லியோ, அப்ப கிளம்பவா?"

கண்ணன் சிரித்தான்.

"இன்னும் சிரிப்பா? ஒரு பூவா விழுந்து பதில் சொன்னா நான் கிளம்புவேனோல்யோ, சொல்லுடாப்பா!"

பரம்பரையாய் அவர் குடும்பம் நிர்வகித்து வரும் கிருஷ்ணன் கோவில் அது. அவர் அப்பா, தாத்தாவுக்கு எல்லாம் ஒற்றைப் பிள்ளையாவது இருந்தது. இவருக்கு அதுவும் இல்லை.

"கிருஷ்ணன் கோவில் வைச்சுருக்கே, அவனாவது மனசிரங்கி வழி விட மாட்டானோ, "எனப் புலம்பும் கோவிந்தப் புரத்து அத்தை ஆத்துக்கு வந்து இரண்டு நாளாச்சு. இன்னும் புலம்பிக் கொண்டிருக்கிறாள். ஸ்யாமளி எப்படி அவளைச் சமாளிக்கறாளோ இப்போ? எதையாவது அரைத்து மருந்தென முழுங்கக் கொடுத்து கொண்டிருக்கிறாள். அப்பொழுது எல்லாம் ஸ்யாமளி , இதோ இந்தக் கிருஷ்ணன் மாதிரி புரியாத பார்வை பார்ப்பாள். உனக்கு மட்டும் இந்த மருந்தெல்லாம் தர மாட்டாளா என்று கேட்கும் அந்தக் குழந்தைப் பார்வை. என்ன செய்ய? கிருஷ்ணா! நான் கிளம்பவாடா? உத்தரவு கொடேன். ம்ஹீம், பூ விழுந்த பாட்டைக் காணோம்.

கிருஷ்ணன் கோவில் அவர் தாத்தாவுக்கு தாத்தா கட்டியது. விளக்கு பூஜை செய்ய ஒரு பெரிய ஹால் அதன் முன் சன்னிதி இடையில் வருபவர்கள் நின்று சேவிக்க ஒரு கம்பித் தடுப்பு. அவ்வளவு தான் கோவில். அதைப் பெரிதாகக் கட்டணும் , கிருஷ்ணனுக்குத் தேர் பண்ணனும்ன்னு ஆசை கொண்டார் ஜனார்த்தனனின் அப்பா ராமய்யங்கார், இப்போ பெற்றோர் இருவருமே இல்லை. இருந்தாலும் நினைவு விட்டகலுமா என்ன?

ஆசுவாசமாக சன்னிதித் தூணில் சாய்ந்து கொண்டு பழையதை அசை போட்டார் ஜனார்த்தனன்.

அவர் அப்பா, அம்மா இருந்தவரை ஸ்யாமளியை ஒன்றும் சொன்னதில்லை. குறைந்த பட்சம் பேரக் குழந்தை இல்லையே எனக் கூட யாரிடமும் குறைபட்டுக் கொண்டதில்லை. ப்ராப்தம் இப்போ இல்ல, ஆனா

கட்டாயம் அனுக்கிரகிப்பான் என்பர். அவர்களுக்கே பல ஆண்டு கழித்துப் பிறந்தவன் தான் ஜனார்த்தனன்.

அப்பா ரொம்பப் பாசமானவர். ஒற்றைப் பிள்ளை அதுவும் தவமிருந்து பெற்றவன், அந்தண்டை இந்தண்டை நகர விட மாட்டார். ஒருமுறை பேருந்தில் கோவிந்த புரத்துக்குச் செல்ல வேண்டி இருந்தது. அவ்வப்போது அப்பாவும், பிள்ளையுமாய் போய் அத்தையையும், அவர் பெண்களையும் பார்த்து விட்டு வருவார்கள்.

நல்ல கூட்டம் அன்று. இருவரும் சேர்ந்து உட்கார இடம் கிடைக்க வில்லை. ஜனார்த்தனனுக்கு முன்வாசலை ஒட்டி ஒரு சீட்டில் இடம் கிடைக்க அவனை அங்கு அமர வைத்து விட்டு பக்கத்தில் நின்று கொண்டிருந்தார் அப்பா. சில நிறுத்தங்கள் சென்றதும் பின்னிருக்கை ஒன்று காலியாக அப்பாவை அங்கு அமர வைத்தார் கண்டக்டர்.

"என் பிள்ளை தனியா இருப்பானே!"

"இருக்கட்டும் சாமி! பஸ்ஸுக்குள்ள தானே இருக்கான். நீங்க உட்காருங்க! " வற்புறுத்தி அமர வைத்தார் அவர். ஜனார்த்தனை மடியில் வைத்துக் கொள்ளும் வயதில்லை. வாலிபன் அவன்.

இன்னும் சில நிறுத்தம் செல்ல திமுதிமுவென்று கூட்டம். கால் வைக்க இடமில்லாது அப்படி ஒரு கூட்டத்தில் அப்பாவின் கண்பார்வைக்கு எட்டவில்லை மகன். அப்பாவுக்குப் பயம் வந்து விட்டது. முன்னே செல்லவும் முடியாமல், இறங்கவும் முடியாமல், இருந்த இடத்தில் இருந்தே " ஜானு! இருக்கியாடா?" என்று கத்தினார்.

"உங்க பொண்ணாய்யா? பத்திரமா இருக்கும். கவலைப் படாதிய!' பேருந்தில் ஒருவர் சொல்ல,.

"ஜானு! ஜானு! என பல குரல்கள் அப்பாவிற்கு ஒத்தாசையாய். ஹையோ! ஆத்தில் கூப்பிடற மாதிரி வெளியில் கூப்பிடறாரே! மானம் போறதே என்று தலைகுனிந்து இருந்தவனை கண்டக்டர் தொட்டு எழுப்பினார்,

"ஒரு குரல் கொடுப்பா! அப்பா தவிக்கிறாருல்ல!"

அந்த நிமிடம் அவர் தவிப்பு மட்டுமே கண்ணுக்குத் தெரிய, எழுந்தேன்,

கும்பலினூடே கஷ்டப்பட்டு நகர்ந்து அப்பாவின் அருகே வந்து அவர் கையைப் பிடித்துக் கொண்டேன். அவரின் முகத்தில் அலாதி இன்பம்.

"ஜானு?, " என்றது திரும்பவும் கும்பல்.

"கத்தாதேள்! நான் தான் ஜானு என்கிற ஜனார்த்தனன்!" நெஞ்சை நிமிர்த்திண்டு சொன்னேன்.

அப்பா அப்படித்தான். சூது வாது தெரியாதவர். பிள்ளை தான் உலகம் அவருக்கு. அவர் அன்பின் முன் தன் பெயர் சுருக்கப்பட்டால் என்ன? அதனால் அவன் பெண்ணாகி விடுவானா? இந்த மாதிரி தான் இருக்கும் வரை அழைத்தார்.

ஜனார்த்தனன் தன் அங்கவஸ்திரத்தால் கண்ணில் வழியும் கண்ணீரைத் துடைத்துக் கொண்டார். அண்ணா என்று தான் அவர் அப்பாவை அழைப்பார்.

"கிருஷ்ணப்பா! நோக்கு ஞாபகமிருக்கா? எங்கண்ணா உனக்குத் தேர் பண்ணனும்ன்னு ஆசைப்பட்டு விமானம் ஏறின கதை?"

கிருஷ்ணன் சிரித்தான்.

"ம்ஹூம்! ஊர்ல இருக்கும் போது சட்டையே போடாத எங்கண்ணா அப்போ தான் முதன்முதலா ஒரு டெய்லரைப் பிடிச்சு தனக்கு ஒரு சில்க் சட்டை தைச்சுண்டார். ஜானு! உன்னை விட்டுப் போக மனசாகலடா என்றார்.

அம்மா தான் நான் பார்த்துக்க மாட்டேனா? இந்தா இருக்கு மலேசியா, ஒரு மாதம் தானே என்று அனுப்பி வைத்தாள்.

வந்தவர் பரப்பினாரே ஒரு கடை! கிருஷ்ணா! உனக்குத் தான் முதல்ல, பட்டு, நகை, விளக்கு அத்தோட அந்த ஊர் தனவான்கள் அளித்த நன்கொடை, அப்பப்பா! ஒரு சிறிய தேர் அவர் ஆசைப்பட்ட படியே பண்ணி விட்டாரே! என்ன! உன் திருத்தேர் பவனியைப் பார்க்கறதுக்குள்ள தீடீர்னு டெங்கு காய்ச்சல் வந்து அண்ணாவும், பின்னாடியே அம்மாவும்,"

கண்ணில் பெருகும் கண்ணீர் வெள்ளம் அவர் நினைவுகளுக்கு அணை கட்ட மறுத்து விட்டது. வெகு நேரம் சிந்தனை வயப்பட்டிருந்தவர் "நாழி ஆச்சே! அம்ச பண்ணிட்டு அப்படியே உட்கார்ந்துட்டேன். ஸ்யாமளி வேற தேடுவா! என்னப்பா கிருஷ்ணா! உத்தரவு கொடுக்கறியா?" கிருஷ்ணரைப் பார்த்துக் கேட்டார் அவர்.

அவன் அவரையே பார்த்துக் கொண்டிருக்க, "இன்னிக்கு உனக்காச்சு, எனக்காச்சு! ஒரு பூ, ஒரே ஒரு பூ கேட்கறேன்.

அதை உன் திருமுடியிலிருந்து உதிரச் செய்ய மாட்டாயா? வண்ணமாய் வயனமாய் பூமாலை சாற்றி இருக்கேனோல்லியோ, கள்ளப் பயலே! என்னடா இன்னிக்கு முரண்டு பிடிக்கிறாய்?"

ஜனார்த்தனனுக்கு அது ஒரு பழக்கம். தினம் கிளம்பும் போது கிருஷ்ண விக்கிரத்தில் இருந்து பூ விழுகணும்ன்னு எதிர்பார்ப்பார். அப்படியே அவர் மனம் படித்தாற்போல் கிருஷ்ணனும் பூவை விழச் செய்வான் என்பது தான் அதிசயம்.

ஸ்யாமளியுமே அங்கு அவள் அத்தையிடம் சொல்லிக் கொண்டிருந்தாள்.

"இன்னும் காணோமே ஜானுவை?"

"அவன் கிட்ட இருந்து உத்தரவு வந்திருக்காது அத்த! நீங்க சாப்பிடுங்கோ"

உண்மை தான்! ஜனார்த்தனன் அவன் உத்தரவுக்காகக் காத்துநின்ற வேளையில் கர்ப்பக்கிரகத்தில் இருந்த அபிஷேக பாத்திரங்களை ஒழுங்கு படுத்துவோம் எனப் போக,

திருவாபரணப் பெட்டிக்குப் பக்கத்தில் இருந்த பெட்டியில் இடித்துக் கொண்டார். ஒரு பலகைமேடை அமைத்து அதன் மேல் எழப் பண்ணியிருந்தது. அதன் மேல் முழங்கை இடிக்கவே,. 'கிருஷ்ணப்பா' என்றார்,

இந்தப் பெட்டி, இது, அன்னிக்கு அப்பா கொண்டு வந்து வைச்சதுன்னா, அதற்கப்புறம் இதைப் பற்றி ஞாபகம் வரவில்லையே,.

ராமய்யங்காருக்கு ஜனார்த்தனன் பிறந்து வருஷம் பத்தாச்சு. அப்போ ஆத்துக்கு வந்த பெரியவர் ஒருவர், "ஏண்டாப்பா ராமா! இவ்ளோ பெரிய தவழற கிருஷ்ணரை ஆத்துல வைச்சுண்டு மூணு வேளை பூஜை புனஸ்காரம் பண்ண முடியுமோ? இது நாள் வரை வைச்சுண்டுட்டாய், போறும், இப்ப தான் ஜானு வந்துட்டானே! கோவில்ல கொண்டு போய் வைச்சுடு, சேர்ந்தாபபுல பூஜை பண்ணிக்கலாம்."

அன்று வந்தவர் தான் இங்கு. அதன் பின் அப்பா இருக்கும் போதே ஒரு அழகிய பெட்டியில் தன்னை பொதிந்து கொண்டான் குட்டன். மறைபொருள் ஞானியாயிற்றே அவன். ஜனார்த்தனனும் பெட்டிக்கு துளசி சாற்றுவார். திரும்ப எடுத்து அவனைப் பார்க்கணும்ன்னு தோன்றியதில்லை.

இன்று தோன்றியது. பெட்டியை வலுவில் திறந்தார். உள்ளே நீல வண்ண காஞ்சிப் பட்டின் மேலே தவழும் கிருஷ்ண விக்ரகம், நிஜக் குழந்தை போலவே, அதன் சிரிக்கும் கண்ணும், வாயும் என்னைத் தூக்கேன் என்றழைக்கத் தூக்கியவர் கண்ணில் பட்டது விக்ரகம் காலில் இட்ட சதங்கை. ஜனார்த்தனனின் அப்பா ஆசையோடு கிருஷ்ணனுக்கு முன்பு இட்ட சலங்கை. தூக்கியதும் தானாகவே அந்தப் பெட்டி மூடிக் கொண்டதும், மூலவர் கிருஷ்ணரிடமிருந்து அதுகாறும் விழாதிருந்த பூ விழுந்ததும், " என்னை ஆத்துக்குக் கூட்டிண்டு போயேன் ஜனார்த்தனா " என்று சொல்வது போல.

மறுபேச்சு பேசாமல் அவனையும் தூக்கிக் கொண்டு கிளம்பி விட்டார். வாசலிலேயே நின்றிருந்தாள் ஸ்யாமளி.

"என்னன்னா! ஏன் இவ்வளவு நாழி! காத்துண்டே இருந்துட்டு , சாப்புட்டுட்டு இப்போ தான் அத்தை சித்தப் படுக்கறேன்னு

படுத்தா. நீங்க வாங்கோ! என்னது அங்கவஸ்திரத்தால மூடிண்டு வரேள்? பிரசாதமா?"

"ஆமாண்டி ஸ்யாமளி! வரப் பிரசாதம்!" வீட்டிற்குள் வந்து பெருமாளைச் சேவித்தவர்,

"இந்தா ஸ்யாமளி! வாங்கிக்கோ!" என்ன தோனிற்றோ அவளுக்கு! பூஜை அறைக்குள் நுழைந்து கிழக்கு பார்த்து உட்கார்ந்து கொண்டவள் அவரைப் பார்த்து மடியேந்தினாள். அவள் நீட்டியிருந்த கையும் , விரித்த புடவைத் தலைப்பும் அவரையும் நெகிழ்த்த, மெல்ல அவள் மடியில் கிருஷ்ண விக்ரகத்தை இட்டார். கர்ப்பக் கிரக வாசனாயிற்றே அவன். மடி சேர்ந்து வாசனை பிடித்துக் கொண்டான்.

"ஏன்னா! என்ன அழகா இருக்கான் இவன்? எங்கிருந்து வந்தான்?"

"நம்மாத்துல இருந்து கோவிலுக்குச் சென்றவன் இப்போ திரும்ப நம்மாத்தை நிறைக்க வந்துருக்கான். இவன் என் கைக்குக் கிடைக்கற வரைக்கும், மூலக் கிருஷ்ணப்பன் கிளம்ப அனுக்கிரகிக்கலை தெரியுமோ. ஒரு பூ, ஒரே ஒரு பூ, ம்ஹூம், இவனை எடுத்து அணைச்சுக்கறேன், அவன் தலையில இருந்து பூ விழறது, என்ன விளையாட்டு பாரு!"

அழகாய் குட்டனை அணைத்துக் கொண்ட ஸ்யாமளி, "கண்ணும், மூக்கும், உதடும் அழகு அள்ளறதுன்னா. பின்னழகும், முன்னழகும், ஆஹா, இந்தக் காலைப் பாருங்கோ! மடிச்சுத் தவழ்ந்துண்டு, அட! இதென்ன சலங்கைக் கொலுசு? அதுவும் நிறை சலங்கை?"

"அண்ணா போட்டது, முன்னாடி நம்மாத்தில் இருக்கறச்ச போட்டு விட்டது, அப்படியே நம்ம கோவில்ல வைச்சுட்டார்!"

"தாத்தா போட்டதாடா குட்டா? நாமளும் கைக்கு காலுக்கு காப்பு வாங்கிப் போடலாம்னா, கழுத்துக்கு தங்கத்துல நெக்லஸ் கூட, நாளைக்கே வாங்கிப் போட்டுடலாம்," கண்கள் மின்ன அவள் சொன்னதை கவிதையாய்ப் பார்த்திருந்தான் குட்டன்.

அத்தை எழுந்து வந்த பொழுது ஸ்யாமளியின் நெக்லஸை அணிந்து இருந்தான் அவன்.

"என்னடீது?" என்ற படி வந்தாள் அத்தை.

"நம்மாத்துல ஆராதிச்ச விக்ரகம் அத்தை " என ஆரம்பித்து முழுதாய் நடந்ததை விவரிக்க,

'அட!' என்று முகவாயில் கைவைத்துக் கொண்டாள் அத்தை.

"இவன் கால் பதிச்ச நேரமாவது கரு தங்கட்டும் ஸ்யாமளி!

"எனக்கும் நம்பிக்கை வந்துடுத்து அத்தை! இத்தனை நாள் இல்லாமல் இன்னிக்குன்னு வந்திருக்கானே என் குட்டன்? " பிரமித்தாள் ஸ்யாமளி.

அடுத்தடுத்த நாளில் கைக்கு காப்பு, காலுக்குக் காப்பு, கழுத்துக்கு நெக்லஸ், உடம்புக்கு பட்டில் சட்டை, தவழ்ந்தா முட்டி வலிக்குமே என முட்டிக்கு ஒரு குட்டி மெத்தை, ஆஹாஹா! குட்டனுக்கு வாழ்வோ வாழ்வு. தவிர மூன்று வேளையும் அன்னப்பிரசாதம், வெள்ளிக் கிழமையானால் வெண்ணெய்க்காப்பு, நந்தகோபர் அரண்மனையில்

அனுபவித்ததைப் போல ஸ்யாமளியின் அன்பு மழையில் நனைந்தான்.

சில மாதங்களில் தனக்கொரு குழந்தை இல்லையே என்ற எண்ணமே மறந்து போய் சகலமும் குட்டனே என்றிருந்தாள். அக்ரஹாரத்தில் கூட சிறுவர்கள் ஸ்யாமளி மாமி என்பதை விட்டு "கிருஷ்ணாம்மா" என்று அழைக்கத் தொடங்கினர். அப்படி எந்நேரமும் குட்டனை அலங்கரித்து இடுப்பில் வைத்திருப்பாள். வாசலில் சிறுவர்கள் விளையாடுவதைக் காண்பிப்பாள். கொல்லையில் செடிகளைக் காண்பிப்பாள். அவனோடு கோவிலுக்குச் செல்வாள். அத்தை கூட அவளைச் செல்லமாக " பைத்தாரி! பைத்தாரி! " என்பாள்.

விடிந்தது,

"இன்று கிருஷ்ண ஜெயந்தின்னா!"

"ஆமாண்டி ஸ்யாமளி, ஆனா நீ இரண்டு மாசமா தலைக்குக் கொட்டிக்கலையே, அத்தை கிட்டக்க கை பார்க்குறியா?"

"இருக்குமோன்னா?"

"இருக்கும்ன்னு தான் நம்பறேன், இந்தத் தடவை குட்டனால உன் மனசு, மடி எல்லாம் நிறைஞ்சு நிர்மலமா இருந்தியே? "ஸ்யாமளியின் முன்தலையைக் கோதினார் ஜனார்த்தனன்.

அத்தை வந்தாள். கை பார்த்தாள்.

“மூத்தவன் வந்த வேளை, இரண்டாமவனும் வந்துட்டான்!" முகம் முழுவதும் பூத்து நிற்க ஸ்யாமளியின் வாயில் கற்கண்டை இட்டாள். சதங்கை சிரித்தது.

ஆசிரியரை பற்றி

மாலா மாதவன்

மாலா மாதவன் என்ற இவர் தேவகோட்டையில் பள்ளிப் படிப்பை முடித்து மதுரையில் எம்.சி.ஏ வை முடித்தவர். திருமணமாகி தற்போது சென்னையில் வசிக்கிறார். பள்ளிப் பருவம் முதலே கவிதைகள் எழுதுவதில் ஆர்வம் கொண்டவர். புதுக்கவிதை வெண்பாவாக மாறியது முகநூல் வந்த பிறகு தான் என்கிறார். எளிய சொற்களில் தினம் ஒரு வெண்பா என இவரது கிருஷ்ணாமிர்தம் பக்கம் முகநூலில் வாசிக்கப் பட்டு வருகிறது. முப்பது இன்னிசை வெண்பாக்களால் ஆன பாவை என்ற இவரது நூல் திருப்பாவைப் பாசுரங்களை ஒட்டி அமைந்தது. கதை எழுதுவதில் ஆர்வமுண்டு என்றாலும் அது தூண்டப் படாத திரியாய் இருந்து வந்தது ஒளிர ஆரம்பித்தது சங்கப் பலகை என்ற முகநூல் குழுமம் வந்த பின் தான் என்கிறார். இவரது முதல் சிறுகதை வாரமலரில் வெளியானது. குறு நாவல் இரண்டும் நாவல் ஒன்றும் புஸ்தகாவில் வெளியாகி உள்ளது. இவர் எழுதிய ஆலம்பாடி காளி என்னும் பாடல் யூ- டியூபில் பத்தாயிரம் பார்வையாளர்களைக் கடந்து இருக்கிறது.

* 9 7 8 9 3 5 4 9 0 2 0 8 6 *
FCW - #0160 - 061026 - C0 - 200/125/8 - PB - 9789354902086 - Gloss Lamination